एका खेळियाने

इन स्पिरिट ऑफ द गेम

आशुतोष थत्ते

#AnyoneCanPublish with
सकाळ प्रकाशन

#AnyoneCanPublish with

सकाळ प्रकाशन

Eka Kheliyane

एका खेळियाने

प्रथम आवृत्ती	:	१ मे २०२४
मुखपृष्ठ आणि आतील सजावट	:	मधुमिता शिंदे
संपादन साहाय्य	:	ऋता बावडेकर
अक्षरजुळणी आणि मांडणी	:	अश्विनी महाजन
प्रकाशक	:	सकाळ मीडिया प्रा. लि. ५९५, बुधवार पेठ, पुणे ४११ ००२
मुद्रणस्थळ	:	विकास प्रिंटिंग ॲण्ड कॅरिअर्स प्रा. लि. प्लॉट नं. ३२, एमआयडीसी, सातपूर, नाशिक
ISBN	:	978-81-19311-51-4
संपर्क	:	०२०-२४४० ५६७८ / ८८८८८ ४९०५० sakalprakashan@esakal.com

ज्यांनी खेळांमधलं संगीत पाहायला शिकवलं
ते व्हॉलीबॉल प्रशिक्षक देविदास जाधव सर
आणि
ज्यांच्या सहवासाने संगीतातल्या क्रीडेचा आस्वाद घ्यायला शिकवलं
ते तालयोगी पं. सुरेश तळवलकर
या दोघा गुरुजनांच्या चरणी सादर...

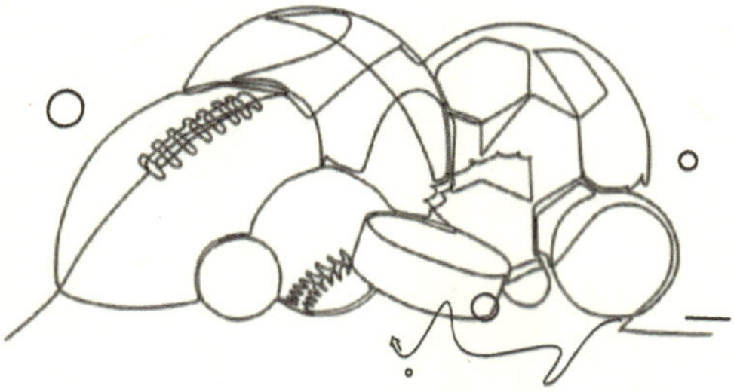

प्रकाशकांची भूमिका

सकाळ प्रकाशनाने सप्टेंबर २०२२मध्ये एक लेखनस्पर्धा घेतली होती. नवीन लेखकांना प्रोत्साहन मिळावे, हा या स्पर्धेमागील उद्देश होता. महाराष्ट्रातील, देशातील आणि परदेशांतीलही मराठीत लिहिणाऱ्या वय वर्षे १८ ते ८०मधील सुमारे ३०५ व्यक्तींनी स्पर्धेत भाग घेतला. या स्पर्धेत एकूण २२ कादंबऱ्या, ५१ कथासंग्रह, १२८ कवितासंग्रह आणि १०४ ललित लेखसंग्रह आले. या प्रतिसादाने प्रकाशक म्हणून आम्हांला खूप आनंद दिला. पुरस्कार म्हणून कथा, कादंबरी, कविता आणि ललित गद्य यांतील प्रत्येकी एका पुस्तकाची निवड प्रकाशनार्थ करण्यात आली. ललित गद्यासाठी पुरस्कृत केले गेलेले लेखक आशुतोष थत्ते यांचे हे पुस्तक 'एका खेळियाने'.

ललित लेखन हा अगदीच मोकळाढाकळा आणि सर्वसमावेशक लेखनप्रकार. कुणी गमतीने असेही म्हणू शकेल, की कथा, कादंबरी, कविता, नाटक सोडून जे काही लेखन असेल ते ललित गद्य या नावाखाली घेता येऊ शकेल. एका विशिष्ट मर्यादेत हे खरेही आहे. कुठल्याही विषयावरील लघुनिबंध, ललित निबंध, ललित लेख, व्यक्तिचित्र, आठवणी, प्रवासवर्णन हे सारेच ललित गद्य या प्रकारात समाविष्ट करता येईल; पण या साऱ्या लेखनात सर्वाधिक प्रभावी काय असते तर 'मी'ने घेतलेला अनुभव. एखादे व्यक्तिचित्र ही नुसती त्या व्यक्तीची माहिती नसते, तर 'ती व्यक्ती मला कशी दिसली / भावली' हे जेव्हा त्या लेखनात येते, तेव्हा त्याला ललित लेखनाचा आकार मिळतो.माणसं, जागा यांच्या वस्तुनिष्ठ वर्णनापेक्षा व्यक्तिनिष्ठ अनुभवाला ललित गद्यात प्राधान्य असते. ललित लेखनात एक किंवा अनेक अनुभव, त्यांच्या

स्मृती, व्यक्तिविशिष्ट भावावस्था केंद्रस्थानी असते, असे म्हणता येईल. या लेखनाची शैली कधी काव्यात्म असते, तर कधी चिंतनशील, तर कधी गोष्टीसारखी! प्रभावी असतो तो या अनुभवामागचा 'मी'. ललित गद्यात असणारा 'मी' हा लेखकाच्या व्यक्तिमत्त्वापासून वेगळा काढता येत नाही.

स्वातंत्र्यपूर्व काळात, वृत्तपत्रीय वैचारिक निबंधाने सुरू झालेला हा साहित्यप्रकार, पुढे लघुनिबंधाकडून प्रवासवर्णने, व्यक्तिचित्रे, चिंतनपर लेख, निसर्गवाचनपर लेख, रिपोर्ताज अशा विविध रूपांतून बहरत गेला. त्यात भावलेली पुस्तके-चित्रपट-नाटक यांविषयीच्या आस्वादक लेखनासोबत खेळाडू आणि क्रीडाविषयक लेखनाचीही भर पडली. नियतकालिके, वृत्तपत्रांच्या पुरवण्या, दिवाळी अंक आदींतून ललित गद्य हा साहित्यप्रकार बहराला आला. नवोदित लेखकांना या साहित्यप्रकाराने मोकळेपणाने व्यक्त होण्याची संधी दिली. अनेक प्रथितयश साहित्यिकांनाही ललित गद्याने मोहवले.

अशा या ललित गद्यासाठी अगदीच वेगवेगळ्या प्रकारच्या लेखनाच्या (माहितीपर, आत्मकथनपर, पुस्तक रसग्रहण इत्यादी) प्रवेशिका आल्या. त्यातून आशुतोष थत्ते यांच्या 'एका खेळियाने' या लेखसंग्रहाची पुरस्कारार्थ निवड केली गेली. वेगवेगळ्या खेळांतील नवी-जुनी-प्रसिद्ध व्यक्तिमत्त्वे, त्यांचे गुणदोष, त्यांचे यश-अपयश रेखाटणारे काही लेख; काही रोमहर्षक सामन्यांच्या कहाण्या; तर काही लेख 'खेळभावने'वरील... असे अनेक लेख संग्रहात आहेत. आशुतोष थत्ते यांची भाषाशैली जशी त्या विशिष्ट खेळाची भाषा आहे, तशीच आजच्या तरुणाईची भाषा आहे. त्यांच्या मराठीला इंग्लिश आणि हिंदी शब्दांचे वावडे नाही. वर्ण्य व्यक्तिमत्त्वातील - विषयातील एखादी गोष्ट अधिक प्रभावीपणे वाचकापर्यंत पोहोचवण्यासाठी लोकप्रिय गाण्यांचे मुखडे, ओटीटीवरील सिरियल्समधील प्रसिद्ध पात्रांच्या तोंडचे डायलॉग्ज, सिनेमांतील संवाद त्यांच्या कथनात सहज येतात. रसाळ, ओघवत्या आणि प्रभावी निवेदनातून खेळ, खेळाडू, स्पर्धा, माहोल नजरेसमोर उभा करण्याचे कसब त्यांच्याकडे आहे. ते आहे, कारण त्यांनी तो अनुभव तसा रसरसून घेतला आहे आणि तेवढ्याच प्रेमाने ओघवत्या आकर्षक शैलीत रेखाटला आहे.

देश, भाषा, वंश, धर्म, लिंग यांच्या पलीकडे जाऊन खेळावर, खेळाडूंवर मनस्वी प्रेम करणाऱ्या आणि खेळभावना मनी जपणाऱ्या एका 'मी'चे हे ललित गद्य स्वरूपातील लेखन आपल्यासमोर पुस्तकरूपात सादर करताना सकाळ प्रकाशनाला मनापासून आनंद होत आहे. नवीन लेखन-वाचनासाठी आपणां सर्वांना मनःपूर्वक शुभेच्छा!

सकाळ प्रकाशन

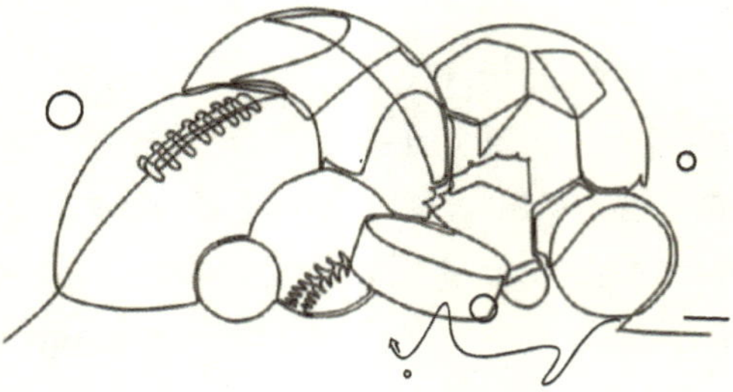

अनुक्रमणिका

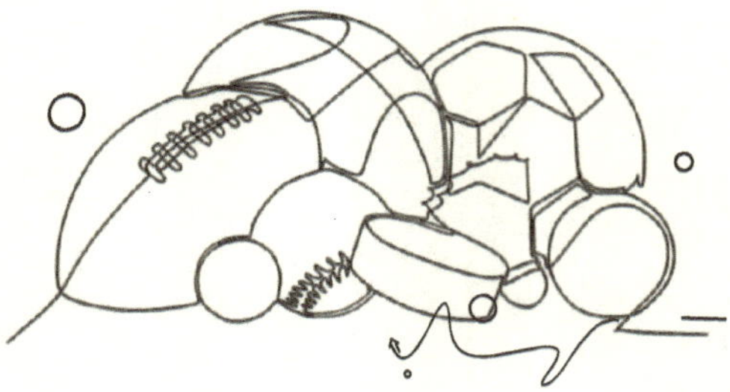

मनोगत

‘१०

२०

...

रेडिक्का??????????’

भिंतीकडे, झाडाच्या बुंध्याकडे तोंड करून, दोन्ही हातांचे तळवे चेहऱ्यावर ठेवून आपण सगळ्यांनीच ही गिनती केलेली आहे!

‘गड्या, गड्या, माझं राज्य वाचव!’...

‘रडीचा डाव खडी’ ही वाक्यं उच्चारली नसतील असा कोणी सापडेल का? खेळ या प्रकाराशी बहुतेकांची ओळख लपंडाव, रुमाल-पाणी, आप्पारप्पी, लगोरी असल्याच प्रकारांनी होते. मग

‘अर्धं लिंबू अस्से’,

‘भिंतीवर डायरेक्ट बॉल लागला तर आउट’,

'उंबऱ्याच्या पलीकडे गेला की टू डी' वगैरे नियम घालून खेळणं सुरू होतं. जसजसे आपण मोठे होत जातो, तसतशी खेळातली क्लिष्टता वाढत जाते, साधनं, नियम वाढतात. आपल्या लंगडी, खो-खो, कबड्डी यांसारख्या 'फ्री-हँड' खेळांपासून क्रिकेटसारख्या क्लिष्ट, बरीच साधनं लागणाऱ्या खेळापर्यंत आपण खूप खेळ खेळतो. पण एक नियम अगदी लपंडावापासून ते स्नूकरपर्यंत अपरिहार्यपणे लागू असतो, तो म्हणजे - '**चिडीची बात नस्से**'! जे काही खेळताय ते तुम्ही चांगल्या मनानं, नैतिकता जपून, आपल्या सहकाऱ्यांबद्दलच नव्हे, तर स्पर्धकांबद्दलही आदर बाळगून, प्रामाणिकपणे खेळायचं! विजयाइतकाच पराभवदेखील खुलेपणानं स्वीकारायचा आणि पुढच्या वेळी विजय मिळवण्यासाठी पुन्हा प्रयत्न करायचे! या सगळ्या गुणांच्या समुच्चयाला आम्ही म्हणतो 'खिलाडू वृत्ती - Sportsman Spirit'. खेळ म्हणजे शिस्तही आली, स्पर्धाही आली, कौशल्यही आलं, झोकून देणंही आलं; आणि सर्वांत महत्त्वाचं म्हणजे प्रामाणिकपणा आला.

वेगवेगळ्या खेळांनी आपल्याला मानवाच्या शारीरिक क्षमतेला आणि कौशल्यालाच नाही, तर खिलाडू वृत्तीला आणि सचोटीला नवीन परिमाण देणारे खेळाडू दिले.

आज युनायटेड नेशन्सचे १९२ सदस्य-देश आहेत, इंटरनॅशनल ऑलिंपिक कमिटीचे २०५, तर 'फिफा'चे २०८! म्हणजे आपलं सार्वभौमत्व जगानं मान्य करावं यापेक्षासुद्धा फुटबॉल खेळणं लोकांना महत्त्वाचं वाटतं. खेळ हीच एक अशी चीज आहे, जी सगळ्यांना एका ध्येयासाठी, एका भावनेसाठी एकत्र आणते *Citius - Altius - Fortius*! ऑलिंपिक्सच्या उद्घाटनाच्या वेळी वेगवेगळ्या देशांच्या खेळाडूंच्या देहबोलीत किती फरक असतो! काही अगदी छोटे, पदक मिळण्याची जरादेखील आशा नसलेले सिएरा लिओन, होंडुरास वगैरे देशांचे खेळाडू 'आपण इथपर्यंत पोहोचलोय' हा आनंद लपवू शकत नाहीत; तर अमेरिका, चीन, जर्मनी, ऑस्ट्रेलिया यांसारख्या देशांचे खेळाडू 'आम्ही आलो आहोत ते जिंकण्यासाठीच' अशा आत्मविश्वासात चालत असतात! पण स्पर्धा संपल्यावर समारोपासाठी सगळ्या देशांचे खेळाडू हातात हात आणि गळ्यांत गळे घालून एकत्र मैदानात येतात.

Winning isn't everything; it's the only thing असं मानणाऱ्या स्पर्धेच्या जगातसुद्धा आपल्या प्रतिस्पर्ध्याच्या खेळाचं कौतुक केलं जातं, मुष्टियुद्धाच्या लढतीनंतरही एकमेकांना आलिंगन दिलं जातं आणि धक्काबुक्कीत खाली पडलेल्या प्रतिस्पर्ध्याला उठून उभं राहण्यासाठी मदतीचा हात पुढे केला जातो. खेळ आणि खेळाडू

ही आपल्या आयुष्यातली एक खूप सकारात्मक, आनंद, उत्साह, उमेद देणारी गोष्ट आहे. खेळातलं कौशल्य आपल्या आयुष्यातल्या इतरही गोष्टींत दिसून येतं, खेळानं दिलेला आत्मविश्वास आपल्या प्रत्येक कामात दिसतो. म्हणूनच एक अस्सल खेळाडू एक सुसंस्कृत नागरिकही असतो. सध्या आपल्याला गरज आहे ती आपल्यातले भेदभाव विसरून एकत्र येण्याची! यासाठी खेळांइतकं परिणामकारक दुसरं माध्यम नाही.

खेळ, खेळाडू आणि सामने यांचा एका नि:पक्षपाती (खरंतर सर्वसमावेशक) नजरेनं आस्वाद घेण्याचा हा छोटासा प्रयत्न!

खेळ शिकणं म्हणजे फक्त त्या खेळात सरस ठरण्यासाठी लागणारी कौशल्यं, तंत्र आत्मसात करणं नाही; तर अजूनही खूप काही असतं. म्हणूनच खेळ हा केवळ शारीरिकदृष्ट्या सक्षमच नाही; तर एक सुसंस्कृत नागरिक घडवतो. कार्लसनला हरवलं म्हणून विश्वनाथन आनंद त्याच्या बुद्धीचे वाभाडे काढत नाही... रवींद्र जाडेजा त्याच्या ओपनर्सना 'फेकल्यात ना विकेट.. आता बसा बोंबलत.. मी नाही खेळणार' असं म्हणत नाही... 'हा जोकोविच लई उडून ऱ्हायलाय...तंगडं मोडायला पायजे ×××चं' असा विचार नदाल करत नाही... किंवा 'तुमच्या डबक्याचं पाणी फारच गार आहे ब्वॉ... नीट पोहता येत नाही इथे' असं फेल्प्स म्हणाल्याचंही ऐकिवात नाही. खरा खेळाडू *Citius - Altius - Fortius* या एकाच ध्यासानं आपल्या खेळाडू धर्माचं पालन करत असतो.

एखाद्या क्लासिकलवाल्याला 'पूरिया धनश्री', 'तीव्र मध्यम', 'मारव्यातली बंदिश' वगैरे शब्द ऐकल्यावर जे 'कुछ कुछ होता है' फीलिंग येतं ना, तसंच 'बॅकहॅन्ड क्रॉसकोर्ट', 'स्लॅम-डंक', 'शॉर्ट ऑफ गुड लेंग्थ' वगैरे ऐकून घायाळ होणाऱ्या एका खेळप्रेमीची ही क्रीडाजगतातली मुशाफिरी! हा फक्त खेळ, काही महान खेळाडूंची कारकिर्द, काही अविस्मरणीय सामने यांचा आढावा नाही, तर त्यांनी दिलेल्या अवर्णनीय आनंदाचा, अविस्मरणीय क्षणांचा आणि असीम प्रेरणेचा आस्वाद आहे.

तेव्हा, *देवियों और सज्जनों! कृपया अपनी कुर्सी की पेटी बांध लें!* आणि चला या अद्भुत सफरीवर!

आशुतोष थत्ते

स्वयमेव मृगेन्द्रता

'ये दौडेगा तो पुजारा को उसी के लिए रखा है, ताली बजाने के लिए नहीं है।'
'पहली बॉल तेज डालना - ये आगे से खेलेगा।'
'जड्डू जाग के जरा... उसका पैर जैसे हिल रहा है... उसके हिसाब से अँटिसिपेट कर।'
'इशांत, अगर चौका गया तो मेरा रिस्क है. तू बिंदास डाल!'
'एक बार बोला है, बार-बार नहीं बोलूंगा - पैर पे खिलाना है तो पैर पे खिलाना है।'

भारतीय क्रिकेटनं अशी वाक्यं कधी ऐकली नव्हती. *यत्र योगेश्वरः कृष्णो यत्र पार्थो धनुर्धरः* म्हणतात खरं; पण आमच्याकडे रणजींपासून ते विराट कोहलीपर्यंत कितीतरी अतिरथी महारथी अर्जुन होऊन गेले तरी भारतीय क्रिकेटला असा 'सारथी' कधी मिळाला नव्हता! एक तर आमचे कॅप्टन कधी स्टम्पच्या मागे उभे राहायचे नाहीत आणि इतक्या थंड अधिकारवाणीतले शब्द आम्ही फारसे ऐकले नाहीत. केवळ क्रिकेटच्या खेळाचंच नाही, तर परिस्थितीचं, सहकाऱ्याच्या आणि प्रतिस्पर्ध्यांच्यादेखील strengths

आणि weaknessesचं अचाट reading, इतकं अफाट आकलन असणारा कर्णधार भारतीय क्रिकेटनं बघितलेला नव्हता.

भारतीय क्रिकेटमध्ये नेहमीच भारताच्या आणि भारतीयांच्या बदलणाऱ्या ॲटिट्यूडचं, मानसिकतेचं प्रतिबिंब दिसलं आहे. आम्हांला समोरच्याच्या नजरेला नजर भिडवायला शिकवलं ते सुनील गावसकरने! कपिलने जीवतोड प्रयत्न करायला शिकवलं तर दादाने (सौरव गांगुलीने) आमच्यात जगात कुठेही जिंकण्याचा आत्मविश्वास जागवला. पण तरीही, कुठेतरी तो व्यावसायिक मुत्सद्दीपणा कमी पडत होता. भावनांच्या भरात वाहवत न जाता थंड डोक्यानं, धूर्तपणे डाव रचून, खिंडीत गाठून मोक्याच्या क्षणी वर्मी घाव घालून शत्रूला ठोकायला शिकवणारा आमचा पहिला कप्तान होता – महेंद्रसिंग पानसिंग धोनी. भारतीय क्रिकेट या पब्लिक लिमिटेड कंपनीचा पहिला सीईओ धोनी होता. देशाच्या मागास भागातून आलेल्या या कलंदरानं त्याच्या कंपनीला क्रिकेटविश्वाच्या मार्केटमध्ये टॉपला नेऊन ठेवलं.

या माणसानं आम्हांला काय शिकवलं?

अपना टाइम आएगा

धोनीच्या कर्णधारपदाचं पहिलं झळाळतं यश म्हणजे, अर्थातच २००७चा टी-२० वर्ल्ड कप! पण त्या विजयापेक्षादेखील मोठं स्टेटमेंट धोनीनी केलं ते त्याने कप्तानी केलेल्या पहिल्या टेस्टनंतर! २००८च्या त्या मोसमात चेन्नईची पहिली कसोटी अनिर्णित राहिलेली, तर अहमदाबादेतली दुसरी आफ्रिकेने तब्बल एक डाव आणि ९० धावांनी

जिंकलेली! कर्णधार अनिल कुंबळे जखमी झाल्यामुळे शेवटच्या 'डू ऑर डाय' कानपूर कसोटीमध्ये धोनीला संघनायकाची जबाबदारी देण्यात आली. भारताने ती कसोटी ८ विकेट्सनी जिंकली आणि पारितोषिक वितरणाच्या वेळी मालिकेची ट्रॉफी घ्यायला ग्रॅहम स्मिथबरोबर सामन्यातला विजयी कर्णधार धोनी येण्याऐवजी आला तो मालिकेचा कर्णधार अनिल कुंबळे! धोनीचं पाणी दिसतं त्यापेक्षा खूप जास्त खोल असल्याची ही चुणूक होती. त्याला तेव्हाच माहीत होतं की, अशा ट्रॉफी उंचावण्याच्या अनेक संधी त्याला मिळणार आहेत. आत्ता घाई करायची काहीच गरज नाही. त्या दिवशीच खात्री पटली की, भारतीय क्रिकेटला कॅप्टन म्हणून एक 'लंबी रेस का घोडा' मिळालेला आहे.

When the going gets tough the tough get going

प्रतिकूल परिस्थितीत हातपाय गाळणं तर सोडाच; याच्या कामगिरीला जास्त धार चढायची. विकेट्स गेलेल्या... दात-ओठ खाऊन तुटून पडणारे बॉलर्स... उपाशी लांडग्यांसारखी झडप घालायला उत्सुक असलेल्या फिल्डर्सच्या गराड्यात धोनी त्या हातघाईच्या प्रसंगातदेखील आपली योजना आखायचा. वाटेल ते करून सामना शेवटच्या ओव्हरपर्यंत घेऊन जायचा... आणि मग '११ विरुद्ध १' अशा लढतीचं एकदम 'बॉलर विरुद्ध धोनी' असं द्वंद्व व्हायचं. बॉलरच्या पाठीशी १८-२० धावा असल्या तरी पारडं जड असायचं ते धोनीचंच. १० मधल्या ८ वेळा तरी तो सामना काढून द्यायचाच.

चुका त्या माझ्या, यश माझ्या टीमचं

एखाद्या पराभवानंतर पत्रकारांच्या प्रश्नांच्या फैरींना धीरानं तोंड देणारा धोनी, विजयानंतरच्या जल्लोषापासून मात्र दूर राहायचा. त्याच्या नेतृत्वाखाली जिंकलेल्या कित्येक मालिकांच्या आणि स्पर्धांच्या फोटोमध्ये धोनी हातात कप घेऊन मधोमध नाही, तर टीमच्या सपोर्ट स्टाफच्यादेखील बाजूला एका कोपऱ्यात उभा असलेला दिसला. छोट्याशा यशाचंदेखील श्रेय घ्यायची चढाओढ करणाऱ्या आपल्याला, आयपीएल जिंकल्यानंतर बाकी टीमचा दंगा चालू असताना एका बाजूला आपल्या मुलीबरोबर खेळणारा धोनी, एक खूप मोठा धडा देऊन गेला.

विशिष्टम् सर्व भूतेषु किमात्मानम् न सज्जसे

'तू स्पेशल आहेस, तू हे करू शकतोस' म्हणत धोनी टीममधल्या प्रत्येक हनुमानासाठी जाम्बुवंत झाला. मोक्याच्या क्षणी त्याने आपल्या सहकाऱ्यांना आपल्या मर्यादा ओलांडून अद्भुत कामगिरी करायला प्रेरित केलं. मग ते २००७च्या वर्ल्ड कपमध्ये श्रीशांतने हेडनला टाकलेलं निर्धाव षटक असो किंवा जोगिंदर शर्माने टाकलेली

फायनलची शेवटची ओव्हर; चॅम्पियन्स ट्रॉफीच्या अंतिम सामन्यात इंग्लंडविरुद्ध इशांत शर्मानं टाकलेली ओव्हर असो वा युवराजने ब्रॉडवर केलेला हल्ला; प्रत्येक आगीत पहिली ठिणगी टाकणारी मशाल एकच होती - महेंद्रसिंग धोनी!

On National Duty

भारतासाठी क्रिकेट खेळताना त्याचा देशाभिमान त्याच्या कृतीतून जाणवायचा. त्यासाठी त्याला राष्ट्रगीताच्या वेळी डोळे पुसायची नाटकं करावी लागली नाहीत. जिथे देशाभिमान मिरवायचा तिथे त्याने तो ठासून मिरवला. मग ती, टीमनं आर्मी कॅप घालून खेळण्याची कल्पना असो वा ग्लव्हजवरचं 'Territorial Army Parachute Regiment'चं खंजीराचं निशाण! मैदानावर धावलेल्या चाहत्याच्या हातचा तिरंगा जमिनीवर पडायच्या आत उचलणारा धोनी हा माझ्यासाठी वर्ल्ड कप उंचावणाऱ्या धोनीपेक्षा महान होता.

विक्रमार्जितसत्वस्य, स्वयमेव मृगेंद्रता

धोनीचं नेतृत्व हे फक्त त्याच्या डावपेचांचं, त्याच्या क्रिकेटच्या ज्ञानाचं किंवा संघातल्या इतरांना प्रेरणा देणाऱ्या नेत्याचं नव्हतं; तर विजेच्या चपळाईनं स्टंपिंग करणाऱ्या, अफाट anticipationच्या मदतीनं झेल घेणाऱ्या किंवा बॉल अडवणाऱ्या कसलेल्या विकेटकीपरचं, प्रतिस्पर्ध्याच्या उरात धडकी भरू शकणाऱ्या आणि जगातल्या कुठल्याही गोलंदाजीच्या चिंधड्या उडवण्याचं कसब असणाऱ्या दमदार बॅट्समनचं होतं. त्याच्या पराक्रमामुळे आणि बाहुबलानं त्याने ते नेतृत्व मिळवलं होतं.

धोनी रिटायर झालाय खरा; पण तो नक्की दिसेल! अर्थातच, थोडाबहुत आयपीएल खेळेल, कदाचित आर्मी युनिफॉर्ममध्ये काही करताना दिसेल... कदाचित कधीतरी टीमचा strategist म्हणून दिसेल... पण कुठल्या ना कुठल्या रूपात नक्की दिसेल. अरे, गेली १४-१५ वर्षं डझनावारी सिल्व्हर आणि गोल्डन ज्युबिली देणारा आमचा 'थाला' असा निवृत्त थोडाच होतो! हा माणूस असा आहे, की शेवटच्या ओव्हरपर्यंत वाटत राहील, 'पिक्चर अभी बाकी है मेरे दोस्त!'

तर, लेफ्टनंट कर्नल महेंद्रसिंग धोनी, तुमच्यातलं क्रिकेट संपेल तेव्हा संपेल; पण तुमच्यातला कॅप्टन कधीच संपणार नाही. तेव्हा तुमची इनिंग चालू राहू दे. आम्ही बघत आहोतच!

■■■

लिएंडर पेस

अटलांटा ऑलिंपिक्सच्या (१९९६) पुरुष एकेरीच्या उपांत्य फेरीआधीची गोष्ट. आंद्रे अगासीसारखा दिग्गज आपल्या प्रतिस्पर्ध्याबद्दल बोलत होता. एका पत्रकारानं त्याला विचारलं, ''आता तुला अंतिम फेरीचे वेध लागले असतील?''

त्यावर अगासी म्हणाला, ''You must be crazy – माझ्या प्रतिस्पर्ध्याचं नाव आहे लिएंडर पेस. त्याच्यासारखे चपळ खेळाडू सर्किटमध्ये फार कमी आहेत. त्यातून हे ऑलिंपिक्स आहे. मीच काय; इतर कोणीही त्याला कमी लेखण्याची घोडचूक करणार नाही. मला माझा सर्वोत्तम खेळ करावा लागेल.''

एका वाक्यात अगासीने लिएंडर पेस काय चीज आहे ते सांगितलं होतं. 'त्यातून हे ऑलिंपिक्स आहे'; म्हणजे जणू अगासीला म्हणायचं होतं, लिएंडर त्याच्या देशासाठी खेळणार... प्रेक्षकांतून शेकडो लोक 'इंडिया इंडिया' म्हणून ओरडणार... याला स्फुरण चढणार... लोक भारताचा झेंडा नाचवणार...हा माणूस अजून चवताळून खेळणार... मुठी आवळून-आवळून त्याच्या पूर्ण शक्तिनिशी मला झुंज देणार... मी हमखास म्हणून मारलेले 'विनर्स' अशक्यरीत्या परतवणार... जिवाच्या आकांतानं कोर्ट कव्हर करणार... चित्त्यासारखी झडप घालून त्याच्या 'व्हॉलीज' खेळणार... कारण...

कारण लिएंडर त्याच्या देशासाठी खेळणार!

आणि लिएंडरने अगासीचे बोल खरे ठरवले. पहिल्या सेटमध्ये २ सेटपॉइंट्स वाचवून पेसला ७-५, ६-३ असं हरवताना अगासीचं खरंच घामटं निघालं. लिएंडर ती लढत हरला खरा; पण त्याने फर्नांडो मेलिगेनीला हरवून आपल्या देशाला तब्बल ४४ वर्षांनंतर वैयक्तिक ऑलिंपिक पदक मिळवून दिलं. मनगटाला झालेली दुखापत विसरून केवळ देशासाठी पदक मिळवण्याच्या ईर्ष्येनं पेस झपाटल्यासारखा खेळला होता. १९५२मध्ये हेलसिंकीमधल्या खाशाबा जाधवांच्या कांस्यपदकानंतर भारत पहिल्यांदा वैयक्तिक पदक मिळवत होता. आणि ते पदक अत्यंत अभिमानानं आपल्या छातीवर मिरवणारं नाव होतं– लिएंडर वेस पेस!

अटलांटाच्या कांस्यपदकानंतरची ली (लिएंडर)ची प्रतिक्रिया होती – "I can now see my father eye to eye. We both own Olympic medals!"

१९७२च्या म्युनिक ऑलिंपिक्सच्या कांस्यपदकविजेत्या भारतीय संघात मिडफिल्डर म्हणून खेळलेले वेस पेस आणि भारताची एके काळची बास्केटबॉल कर्णधार जेनिफर यांचा हा मुलगा ॲथलीट झाला नसता तरच नवल होतं. १२ वर्षांचा असताना पेस घराण्याच्या कुळाचाराप्रमाणे याच्या हातात रॅकेट देऊन याला चेन्नईच्या 'ब्रिटानिया अमृतराज टेनिस ॲकॅडमी'मध्ये धाडण्यात आलं. १७ वर्षांचा असताना त्याने प्रथम १९९०ची विंबल्डन ज्युनिअर चँपियनशिप जिंकली. १९५९मध्ये रामनाथन कृष्णन आणि १९७९मध्ये रमेश कृष्णन यांच्यानंतर हा पराक्रम करणारा तो तिसरा भारतीय ठरला. अमेरिकन ज्युनिअर्स खिताब जिंकून ली ज्युनिअर्सच्या जागतिक क्रमवारीत अव्वल स्थानावर पोहोचला. १९९१मध्ये ली 'प्रो' (प्रोफेशनल) झाला, डेव्हिस कपमध्ये रमेश कृष्णनबरोबर दुहेरी सामने खेळू लागला. १९९२च्या बार्सिलोना ऑलिंपिक्समध्ये ही जोडी उपांत्यपूर्व फेरीपर्यंत पोहोचली. तेव्हा भारतीय टेनिसला कृष्णन - अमृतराजचा वारस मिळाला असंच वाटलं.

टेनिस हा खरंतर आपल्या भारतीय जातकुळीचा खेळच नाही. तो खेळावा तर युरोपियन्स, अमेरिकन्स आणि ऑस्ट्रेलियन्स यांनी. प्रचंड ताकद, अमर्याद दमसास लागणारा हा खेळ. हातपाय मोडून घ्यायची, छाती फुटायची कामं! ती कामं करावी सव्वासहा, साडेसहा फुटी आडव्या अंगाच्या लोकांनी! आपल्यासारख्यांनी टेनिस, फुटबॉल, ॲथलेटिक्स वगैरेंच्या वाटेला फारसं जाऊ नये. टेनिसच्या हिशेबात ली ५'१०" म्हणजे बुटकाच! केवळ चणच नव्हे, तर एकंदरच टेनिसला लागणारी ताकद

आणि खरंतर सध्याच्या काळातलं टेनिसचं 'पॉवर' स्वरूप बघून लिएंडरनं दुहेरीवर जास्त लक्ष केंद्रित केलं आणि तो त्याच्या कारकिर्दीचा 'टर्निंग पॉइंट' ठरला.

टेनिसमध्ये सिंगल्सचे दिग्गज सहसा डबल्स खेळत नाहीत. एकेरी आणि दुहेरीला लागणारे 'स्किलसेट्स'देखील बऱ्यापैकी वेगळे असतात. टेनिस दुहेरीत कोर्ट कव्हर करण्याची तुमची क्षमता, जोडीदाराबरोबरचा ताळमेळ, आपली तशीच जोडीदाराचीच नव्हे; तर समोरच्या जोडीचीसुद्धा बलस्थानं आणि कमकुवत जागा समजून योग्य 'फॉर्मेशन'मध्ये खेळणं, समन्वय, जोडीदार चेंडू मारत असताना तुम्ही काय हालचाली करता, योग्य वेळी योग्य जागी असणं, 'व्हॉली'चा (टप्पा पडू न देता बॉल मारण्याचा) अचूक अंदाज असणं, या सगळ्या गोष्टी अतिमहत्त्वाच्या असतात. पेसने नेमकी हीच गोष्ट हेरली.

सेबॅस्टियन लॉरोच्या साथीत पेस १९९३च्या अमेरिकन ओपनच्या उपांत्य फेरीत पोहोचला. मग १९९५मध्ये केविन उल्येटबरोबर ऑस्ट्रेलियनची उपांत्यपूर्व फेरी गाठली, १९९६मध्ये भारतीय टेनिसच्या इतिहासातली सर्वांत शुभंकर गाठ मारली गेली! प्रत्येक स्पर्धेगणिक लिएंडर पेस - महेश भूपती जोडीचा खेळ बहरत होता. भूपतीचा 'पॉवर गेम' आणि लिएंडरचा 'रिफ्लेक्स गेम' एकमेकांना पूरक होते.

ली-हेश (लिएंडर-महेश) ही जोडी भारताचं नाव प्रत्येक मोठ्या स्पर्धेत रोशन करत होती. प्रत्येक सामन्यागणिक त्यांच्यातलं सामंजस्य वाढत होतं. १९९७मध्ये तर चारपैकी तीन ग्रँड स्लॅमच्या उपांत्य फेरीत ली-हेश पोहोचले. १९९८मध्ये तर त्यांनी कहर केला. प्रत्येक ग्रँड स्लॅमची अंतिम फेरी गाठली! पैकी फ्रेंच आणि विंबल्डन जिंकलेदेखील! इतिहासात पहिल्यांदाच मुख्य ग्रँड स्लॅमच्या विजेत्यांमध्ये भारतीय नावं झळकत होती. अप्रतिम ताळमेळ आणि जबरदस्त 'स्पिरीट'च्या जोरावर ली-हेश दुहेरीचं मैदान गाजवत होते. जगभरातल्या भारतीयांना फ्लशिंग मेडोज, रोलँ गॅरॉ, सेंटर कोर्ट आणि आर्थर ॲश स्टेडियमवर जायला एक कारण– का संधी– मिळाली! वुडफर्ड-वुडब्रिज या 'वूडीज'बरोबर, बॉब-माइक या ब्रायन बंधूंबरोबर ली-हेशच्या लढती रंगायला लागल्या. 'इंडिया - इंडिया'चा जल्लोष... भूपतीची जोरदार सर्व्हिस... पेसचा वेगवान खेळ... अप्रतिम को-ऑर्डिनेशन... श्वास रोखून धरायला लावणाऱ्या रॅलीज... हल्ले-प्रतिहल्ले... नवनवीन 'फॉर्मेशन्स'... मती गुंग करणारे डावपेच... जिवाच्या आकांतानं प्रत्येक पॉइंटसाठी लढणं... भूपतीच्या ताकदवान फटक्यांनी पॉइंट 'सेट-अप' करणं... आलेल्या रिटर्नवर चित्त्यासारखी झेप घालून आपल्या 'व्हॉली'नी

पेसनं तो गुण मिळवणं... 'कमॉऽऽऽऽन'ची आरोळी आणि... आणि प्रत्येक भारतीय क्रीडाशौकिनांच्या मनात घर करून राहिलेली पेस-भूपतीची 'चेस्ट-थंप'!

त्या वेळी क्रिकेटशिवाय इतर कुठल्याच खेळांत भारतीयांना इतका जल्लोष करण्याची संधी मिळाली नसेल, जितकी टेनिसमध्ये! आणि ही संधी देणारा होता लिएंडर पेस. पेसने दुहेरीत ज्या ५५ एटीपी डबल्स स्पर्धा जिंकल्या त्यातल्या २३ महेश-भूपतीच्या जोडीनं! त्याने ११ ग्रँड स्लॅममध्ये पुरुष दुहेरीची अंतिम फेरी गाठली आणि त्यापैकी सहा वेळा विजेतेपद मिळवलं. मिश्र दुहेरीत मार्टिना नवरातिलोवा आणि कॅरा ब्लॅकच्या साथीत प्रत्येकी चार आणि एकूण १० ग्रँड स्लॅममध्ये अंतिम फेरी गाठून पाच वेळा विजेतेपद मिळवलं!

मार्टिनासारख्या दिग्गज खेळाडूबरोबर खेळताना जी एक गोष्ट घडली त्यात खेळाडू म्हणूनच नाही, तर माणूस म्हणूनही केवळ पेसची महानता नाही, मार्टिनाची महानताही दिसते. २००३मध्ये पेस-मार्टिना जोडीनं फ्रेंच आणि विंबल्डन स्पर्धा जिंकल्या. पण त्यानंतर न्यूरोसिस्टीरकोसिस (Neurocysticercosis)च्या शस्त्रक्रियेसाठी पेसला अ‍ॅडमिट व्हावं लागलं. त्या वर्षी लिएंडरला अमेरिकन ओपनला मुकावं लागलं. मार्टिनापुढे दुसऱ्या कोणा जोडीदाराबरोबर खेळण्याचा मार्ग खुला होताच. पण तिने सांगितलं, 'वाट पाहीन, पण पेसबरोबरच खेळेन!' कारण पेस इतरांसारखा तिचा नुसता दुहेरीतला जोडीदार नव्हता, तर जिवाला जीव देणारा भरवशाचा सहकारी होता. मार्टिनाने अमेरिकन ओपन खेळायला नकार दिला आणि ती पुढल्या वर्षीच्या ऑस्ट्रेलियन ओपनमध्ये पेसबरोबर खेळली आणि या अजब जोडीनं उपविजेतेपद मिळवलं!

पेस आणि डेव्हिस कप हे तर एक अशक्य समीकरण! वर म्हटल्याप्रमाणे 'पेस देशासाठी खेळतो' हे एकच कारण त्याला त्याचा खेळ उंचावायला पुरेसं होतं. ३१ मार्च १९९० रोजी झीशान अलीबरोबर पेस पहिल्यांदा डेव्हिस कपचा सामना जपान विरुद्ध खेळला. तेव्हापासून अनेक अशक्यप्राय विजय पेसने मिळवले. डेव्हिस कपचा सामना म्हटला की प्रतिस्पर्ध्याचं एटीपी क्रमवारीतलं स्थान, त्याचं वय, मिळवलेली विजेतेपदं, त्याची आयुष्यभराची कमाई, उंची, लांबी-रुंदी, वजन, मापं या सगळ्या गोष्टी गौण ठरतात! कारण त्याचा सामना फक्त एका टेनिसपटूबरोबर नसतो; तो असतो आयुष्यभर तिरंग्याचा अभिमान मिरवलेल्या एका झपाटलेल्या देशभक्ताबरोबर! अतिशयोक्ती वाटत असेल तर गोरान इव्हानिसेविक, हेन्री लेकाँते, अर्नाड बॉश्च, टिम हेन्मन, ग्रेग रुजेडस्की, अँडी रॉडिक या संपूर्ण कारकिर्द 'टॉप २०'मध्ये काढलेल्या लोकांना विचारा!

केवळ आपल्या देशबांधवांच्या आणि सहकाऱ्यांच्या पाठिंब्याच्या जोरावर, आपल्या मर्यादित कौशल्यानंदेखील लिएंडरने भल्याभल्यांना धूळ चारली. भल्याभल्यांच्या तोंडाला फेस आणला. डेव्हिस कपमध्ये खेळलेल्या ७० सिंगल्स लढतींपैकी ४८, आणि ५६ डबल्स लढतींपैकी तब्बल ४३मध्ये विजय, असं अचाट रेकॉर्ड लिएंडरचं आहे! याचं कारणच त्याची देशासाठी झोकून देऊन खेळण्याची वृत्ती!

लिएंडर पेस नावाच्या या एका खेळियाने भारताला टेनिसमध्ये नवी ओळख मिळवून दिली. विचारपूर्वक दुहेरी खेळून आपल्या शारीरिक मर्यादांमध्येसुद्धा आपण आंतरराष्ट्रीय स्तरावर सातत्यानं यशस्वी ठरू शकतो, हे सिद्ध केलं. एटीपी टूरवर अनेक स्पर्धा जिंकूनदेखील ऑलिंपिक्स अथवा एशियन गेम्सच्या वेळी इतर भारतीय खेळाडूंना जोरजोरात टाळ्या वाजवून, घोषणा देऊन प्रोत्साहन देणारा पेस म्हणूनच भारतीय क्रीडाशौकिनांच्या मनात अढळ स्थान प्राप्त करून जातो! भारताचं प्रतिनिधित्व करताना 'मी देशासाठी खेळतो आहे' ही एकच भावना त्याला त्याच्या मर्यादा ओलांडून Out of his skins खेळायला प्रेरित करते.

भारताचं प्रतिनिधित्व करण्याचा अभिमान, आपण देशाला एक विजय मिळवून दिल्याचा आनंद, आपल्यामुळे आपल्या देशवासीयांना आनंद झाला आहे याचं समाधान त्याच्या चेहऱ्यावरून ओसंडत असतं.

कुठलाही खेळ खेळण्यासाठी भले जगातलं सर्वोत्तम कौशल्य नसलं तरी बेहत्तर; पण आमच्या लिएंडरसारखी जिगर हवी! असे ११ लिएंडर मिळाले ना, तर आपण केवळ त्यांच्या देशभक्तीच्या आणि इच्छाशक्तीच्या जोरावर फुटबॉलचा वर्ल्ड कपदेखील जिंकू. मला तर वाटतं की, कुठल्याही खेळाच्या भारतीय क्रीडा संघात तेरावा खेळाडू म्हणून लिएंडरला घ्यावं. भारतासाठी खेळणं काय असतं हे बाकीच्यांना त्याच्याकडे बघून समजेल!

■■■

स्ट्रेट ड्राइव्ह तेंडुलकरस्य

एखाद्या कथक नर्तकीच्या तत्कारामध्ये तिचा थाट, आब, नजाकत, सौंदर्य दिसतं, असं म्हणतात; तसंच एखाद्या फलंदाजाच्या स्ट्रेट ड्राइव्हमधून त्याची तयारी, परिपक्वता, त्याचा आत्मविश्वास दिसतो. स्ट्रेट ड्राइव्ह हा क्रिकेटमधला सर्वांत आकर्षक फटका! स्ट्रेट ड्राइव्ह सगळेच मारतात आणि प्रत्येकाच्या स्ट्रेट ड्राइव्हमधून त्या फलंदाजाच्या 'बॅटीचा स्वभाव' दिसतो. पाँटिंगची बॅट त्याच्या स्ट्रेट ड्राइव्हच्या फॉलो थ्रूमध्ये त्याच्या डोक्यापर्यंत यायची– अगदी त्याच्या आक्रमक बॅटिंगसारखी! द्रविडचे कष्ट त्याच्या 'हार्ड पुश' स्ट्रेट ड्राइव्हमध्ये दिसायचे. जाक्स कॅलिसच्या व्यक्तिमत्त्वातला दरारा त्याच्या स्ट्रेट ड्राइव्हमध्येदेखील दिसायचा.

अगदी त्याचप्रमाणे सचिनच्या स्ट्रेट ड्राइव्हमध्ये त्याची स्थिरता, त्याचा आत्मविश्वास, भक्कम टेक्निक आणि एका अस्सल कलाकाराची कलंदरी दिसायची. सुरुवात व्हायची ती स्टान्सपासूनच. 'रॉक ऑफ जिब्राल्टर'ची स्थिरता. असं वाटावं की, आपण डोळे मिटून भीमसेन जोशींचा खर्जातला षड्ज ऐकत आहोत. दोन्ही पायांनी बॅलन्स असा सांभाळावा, की वादळ आलं तरी माणूस टस की मस हलणार नाही. ती दीड किलोची बॅट दोन वेळा पायामागे टेकवून अशी काय स्थिर बॅटलिफ्ट, की पोपटाचा

डोळा फोडायला बाण चढवलेला अर्जुन जणू! बॉलरवर रोखलेली नजर... मधूनच 'हा - ये' अशा अर्थाची वाटणारी मानेची हालचाल... चेहऱ्यावर प्रचंड एकाग्रता... एखादा शास्त्रीय गायक किंवा वादक सुरुवात करण्याआधी जो क्षणभराचा पॉज घेतो तसा पॉज!

आता जवळपास ४० मीटरवरून धावत येणारा गोलंदाज– सहा फूट दोन इंच उंचीचा, दणकट पीळदार देहयष्टीचा, फलंदाजांचा कर्दनकाळ, वेगाचा बादशहा ब्रेट 'बिंगा' ली. स्टेशनवरून सुटलेल्या लोकलसारखा लवकरच तो वेग पकडतो आणि धडधडत अंपायरच्या पुढे येतो... आपल्या रन-अपच्या परिसीमेवर एक लांब उडी घेत डावा पाय क्रीजवर वाघा बॉर्डरवरच्या सैनिकासारखा आपटतो... आणि आपल्या मजबूत खांद्याचा व पाठीचा पूर्ण जोर लावून तो पांढरा गोळा सुसाट वेगानं सोडतो. ऑफस्टंपच्या किंचित बाहेर, गुडलेंग्थच्या किंचित अलीकडे, टप्पा पडून बाहेर जाणारा सणसणता आऊटस्विंगर... खेळायला निव्वळ अशक्य - Unplayable! मागे विकेटकीपरकडे जाता-जाता तो बॉल फलंदाजाच्या बॅटच्या कडेचं चुंबन घेऊन जाणार की नाही, हीच काय ती उत्सुकता! अशा चेंडूवर बाद होण्यात काहीच कमीपणा नसतो. अशा चेंडूवर विकेट मिळणं हा त्या बॉलरचा अधिकार असतो.

पण त्याच वेळी ली (ब्रेटली)पासून २२ यार्डावर अजून एक चमत्कार घडत असतो. ताशी १५० किलोमीटर वेगानं तो चेंडू ब्रेटलीच्या हातून सुटून २० यार्ड जाईपर्यंतच्या क्षणात समोरच्या फलंदाजाचा उजवा पाय किंचित मागे जातो... डावा पाय ऑफस्टंपच्या बाहेर येतो... गरुडासारखी धारदार नजर चेंडूच्या दिशेचा आणि टप्प्याचा अचूक अंदाज घेते... पूर्ण संतुलन राखत फलंदाज चेंडूच्या रेषेत येतो... बॅट किंचित वर उचलली जाते... आणि पापणी लवण्याच्या आत तलवारीच्या पात्यासारखी खाली येते... डोकं बरोबर चेंडूच्या वर येतं... आणि... आणि बापानं खांद्यावरच्या पोराला बागेत खेळायला सोडताना त्याच्या ढुंगणावर हलकेच चापट मारावी, तसा तो फलंदाज त्या भयानक चेंडूला हलकेच चापट मारतो... आणि ते कार्टंसुद्धा वारं प्यायल्यागत सुसाट बाउंड्रीलाइनकडे धावत सुटतं.

मिडऑन आणि मिडऑफ एकमेकांकडे बघतात. इकडे एखाद्या नर्तकीनं तिहाईवर सम गाठल्यावर ती ज्या डौलानं प्रेक्षकांकडे बघते, त्याच मूर्तिमंत ग्रेसनं तो फलंदाज प्रेक्षकांना नजरेत साठवून ठेवण्यासाठी पोज देतो. त्या पोजचं मनातून कधीही न पुसलं जाणारं एक चित्र तयार होतं... आणि त्या चित्राखाली त्या कलाकाराची सही असते – सचिन रमेश तेंडुलकर!

■■■

गॅबाचा रणसंग्राम

''एस पी साहब, एक विधायक को सरेआम थाने में थप्पड मारने के लिए कितने दिन जेल में जाना पडता है?''

गॅबावर २०२१मध्ये ४५ ओव्हर्समध्ये १ बाद १०७ अशी परिस्थिती असताना ६ फूट ५ इंच उंचीच्या मिचेल स्टार्कला तीन चेंडूत १४ धावा चोपतानाचा शुभमन गिलचा उर्मटपणा 'गँग्स ऑफ वासेपूर'च्या सरदार खानपेक्षा काही कमी नव्हता... आणि वर *'और एस पी साहब हमऊ जाएंगे अब तो अंदर'* म्हणणाऱ्या असगरच्या स्टाइलमध्ये पुजाराने अजून एक कानफटात मारली.

त्या परिस्थितीत– जेव्हा भारत मॅच वाचवण्याच्या पलीकडे काही करू शकेल हा विचारही कोणाच्या ध्यानीमनी नव्हता– ही आक्रमकता अनपेक्षित होती. पण त्यापेक्षाही जास्त अनपेक्षित होती ती शुभमन गिलची देहबोली! जेलमध्ये शिरता-शिरता *'विधायक जे पी सिंग को कूट दिए – एस पी आफिस में– उसके बापके सामने'* म्हणणाऱ्या मनोज वाजपेयीइतक्याच शांतपणे तो एक षटकार आणि दोन चौकार मारल्यावर स्क्वेअरलेगला फिरून आला. हा होता पहिला बदल!

दुसरा प्रसंग : ७० ओव्हर्समध्ये ३ बाद १९५ स्कोअर असताना लॉयनचा एक चेंडू ऑफस्टंपच्या बाहेरच्या एका भेगेवर पडून मैलभर वळून डायरेक्ट स्लिप्समध्ये गेला. तेव्हा कॉमेंटरीला असलेला निक नाईट म्हणाला, ''Pant will be cautious on the next ball.'' पण अजित आगरकरला या नव्या भारतीय संघाची मानसिकता बरोबर कळली होती. तो म्हणाला, ''Knowing Pant I feel he may step out and go over long on...'' आणि झालंही तेच. पुढे सरसावत पंतने लॉयनला लाँगऑनच्या वरून फेकून दिला. तेव्हा पहिल्यांदा जाणीव झाली, की एखाद-दुसरा खेळाडू नाही, ही सगळी गँगच वेगळी आहे.

क्रिकेट निर्विवादपणे भारताचा सर्वांत लोकप्रिय खेळ आणि सिनेमा हा सर्वांत लोकप्रिय टाइमपास. कित्येक वर्षं या दोन्हीमध्ये त्या-त्या वेळच्या समाजाचं प्रतिबिंब दिसायचं. नंतर-नंतर सिनेमाचं कॉर्पोरेटायझेशन झालं आणि सिनेमाची सामान्य जनतेच्या इच्छा-आकांक्षा, स्वप्नं, समस्या यांच्याशी असलेली नाळ तुटली. पण खेळांमध्ये पैसा नाही, तर परफॉरमन्स बोलतो. म्हणूनच भारतीय संघाच्या ॲटिट्यूडमध्ये त्या-त्या वेळच्या भारताचंच चित्र दिसतं.

आधीच्या बुजऱ्या संघानंतरचा १९७०च्या दशकातला आपली ओळख निर्माण करू बघणारा अजित वाडेकरचा संघ... मग आत्मविश्वास वाढलेले गावसकर-कपिलचे संघ... मग हातात पैसा खेळू लागल्यावर गोंधळलेला आणि थोडा भरकटलेला अझहरचा संघ! महिन्याच्या शेवटी वाचलेले पैसे डोळे मिटून बँकेत किंवा पोस्टात टाकणाऱ्या, त्यानंतर पुढे जाऊन एलआयसी, इंदिरा विकास पत्र घेणाऱ्या, आणि मग १९९० आलं; तसं पहिल्यांदाच शेअर्समध्ये पैसे गुंतवणाऱ्या सामान्य मध्यमवर्गीय भारतीय मानसिकतेचंच दर्शन या संघात घडत होतं.

२०००च्या दशकातला भारत आणि भारतीय क्रिकेट संघही आपली स्वतंत्र ओळख निर्माण करण्यासाठी धडपडत होता. त्यातच क्रिकेटचंही कॉर्पोरेटायझेशन झालं, आणि खेळातल्या सर्जनाला व्यावसायिकतेची जोड मिळाल्यावर काय घडू शकतं, हे दिसू लागलं. एकीकडे विशेषतः आयटीसारख्या क्षेत्रात भारतीय उद्योग आपलं अस्तित्व निर्माण करत असतानाच एखाद्या बिझनेसमननं धडा घ्यावा अशी संघबांधणी सौरव गांगुलीने सुरू केली. सचिन आऊट झाल्यावर टीव्ही बंद करायच्या सवयीतून आपल्याला बाहेर काढलं ते दादाने! आपला नेता नुसतं पाठीवर हात ठेवून 'लढ' म्हणाला की पोरं काय पराक्रम गाजवू शकतात, याची अनेक उदाहरणं बघायला

मिळाली. टेस्टमध्ये ओपनिंगला पाठवलेला सेहवाग असो, तीन नंबरला प्रमोट केलेला धोनी असो किंवा 'अब इज्जत तुम्हारे हाथ में है' म्हटल्यावर हातात निःस्वार्थीपणे विकेटकीपिंगचे ग्लव्हज चढवणारा द्रविड असो; हरभजन, युवराज, कैफ, रैना, इरफ़ान, झहीर, नेहरा, इशांत... दादाने मजबूत इमारत घडवायला घेतली होती. या इमारतीचे दगड मुंबई, दिल्ली बेंगलोरचेच नव्हे, तर नजफगढ, जालंधर, रांची, श्रीरामपूर, बडोदा, लखनौ, मेरठ इथल्या खाणीतले होते. सचिनच्या खांद्यांवरचा भार हलका केला तो या लोकांनी!

भारतीय कंपन्या २०००चं दशक संपता-संपता जागतिक स्पर्धेला टक्कर देत होत्या, जगात नाव कमवायला लागल्या होत्या. २००८मध्ये आयपीएलचा वार्षिकोत्सव सुरू झाला. आपल्या छोट्या शहरांतल्या, गावांतल्या, रक्ताचं पाणी करणाऱ्या क्रिकेटपटूंना देशातल्याच नव्हे, तर जगातल्या सर्वोत्तम क्रिकेटपटूंच्या खांद्याला खांदा लावून खेळण्याची संधी मिळाली. हळूहळू नजरेला नजर भिडवण्याचीही हिंमत आली. दादाच्या शेवटच्या कसोटीत त्याला नेतृत्व करायला लावणारा धोनी आणि धोनीच्या शेवटच्या सामन्यानंतर 'You will always be my captain' म्हणणारा कोहली यांनी दादाची मशाल योग्य हाती गेल्याची ग्वाही दिली.

गेल्या काही वर्षांपासून भारतात स्टार्ट-अप संस्कृती रुजायला लागली. नवीन विचार, नवी स्वप्नं, नव्या कल्पना साकारतानादेखील सुरुवातीला धाकधूक होतीच की! पण हळूहळू उद्योगांचा आत्मविश्वासही वाढला, इतरांवर अवलंबून राहण्यापेक्षा ही तरुण पिढी 'लाथ मारीन तिथे पाणी काढीन' अशा मानसिकतेनं काम करायला लागली. सर्वांत महत्त्वाचं म्हणजे, अपयशाची भीती नाहीशी झाली. No risk no reward हे सूत्र या पिढीनं परफेक्ट ओळखलं. यशस्वी होण्यासाठी तुमच्यामागे दर वेळी कोणाची पुण्याई असण्याची गरज नाही हेही त्यांना कळलं आणि यश हे फक्त मोठ्या शहरांमध्ये नाही हेही! या पिढीला संधीचं सोनं कसं करायचं हे पक्कं ठाऊक आहे.

गॅबावर आपल्या पूर्ण शक्तिनिशी उतरलेल्या एके काळच्या जगज्जेत्या ऑस्ट्रेलियन संघाला त्यांच्याच घरात घुसून धूळ चारणाऱ्या आमच्या नवख्या संघात हीच मनोवृत्ती दिसली. जवळपास पहिली पूर्ण फळी नसताना– गेली कित्येक वर्षं क्रिकेटजगतावर अधिराज्य गाजवणाऱ्या, मुत्सद्देगिरीत मुरलेल्या ऑस्ट्रेलियन्सना या पोरांनी वेडानं झपाटून जाऊन, out of their skins खेळून नव्हे; तर अतिशय थंडपणे, कॅल्क्युलेटेड रिस्क घेत, प्रतिस्पर्धी टाकत असलेल्या दबावाला न जुमानता– अत्यंत व्यावसायिक पद्धतीनं हरवलं.

आणि ही पोरं कोण?

पंजाबातल्या फझिलकाचा शुभमन, राजकोटचा पुजारा, हैदराबादच्या रिक्षावाल्याचा मुलगा सिराज, सेलमचा थंगरसू नटराजन, हरिद्वारचा ऋषभ पंत, चेन्नईचा वॉशिंग्टन सुंदर, कर्नालचा नवदीप सैनी, पालघरचा शार्दूल ठाकूर, काकीनाडाचा हनुमा विहारी. अक्षरशः भारताच्या कानाकोपऱ्यांतून आलेले हे सळसळत्या रक्ताचे तरुण... ॲडलेडमध्ये ३६ धावांत उखडले गेल्यावर आपल्या धीरोदात्त कर्णधारामागे खंबीरपणे उभी राहणारी पोरं... सीनियर खेळाडू नसताना कमालीची परिपक्वता दाखवत आपल्या खांद्यांवर जबाबदारी घेणारी पोरं... फास्ट बॉलर्सचे घाव छातीवर झेलणारी पोरं... ऑस्ट्रेलियन खेळाडूंचीच नाही, तर मीडिया आणि माजी खेळाडूंची तोंडं आपल्या बॅट-बॉलनं बंद करणारी पोरं... आणि हो, इतक्या अभूतपूर्व विजयाच्या उन्मादात वाहवत न जाता नेथन लॉयनला शंभराव्या कसोटीनिमित्त संस्मरणीय भेट देण्याची दिलेरी दाखवणारी पोरं!

आणि यावरही कडी आहेच! इतका पराक्रम गाजवूनही ही पोरं टीममधली आपली जागा गृहीत धरू शकत नाहीत. कारण इकडे मुश्ताक अली ट्रॉफी आणि आयपीएलमध्ये कितीतरी नव्या पोरांनी दरवाजावर थाप मारायला सुरुवात केली आहे. Welcome to new India! येणारी काही वर्षं तरी भारतीय क्रिकेटसाठी खूप आशादायक दिसताहेत, हे नक्की!

ऑस्ट्रेलिया झालं डेस्टिनेशन बदलापूर. ऑस्ट्रेलियन्सच्या वर्षानुवर्षांच्या वर्चस्वाचा बदला आणि भारतीय क्रिकेटमधला बदल अशा दोन्ही अर्थानं!

सौरव गांगुलीसारखा नेता बीसीसीआयचा अध्यक्ष असताना आणि साक्षात द्रविड गुरुजींचे आशीर्वाद पाठीशी असताना ही पोरं भारतीय क्रिकेटमध्ये नवे पराक्रम घडवत राहोत आणि ही 'गँग ऑफ बदलापूर' अशीच प्रगती करो, हीच सदिच्छा!

■■■

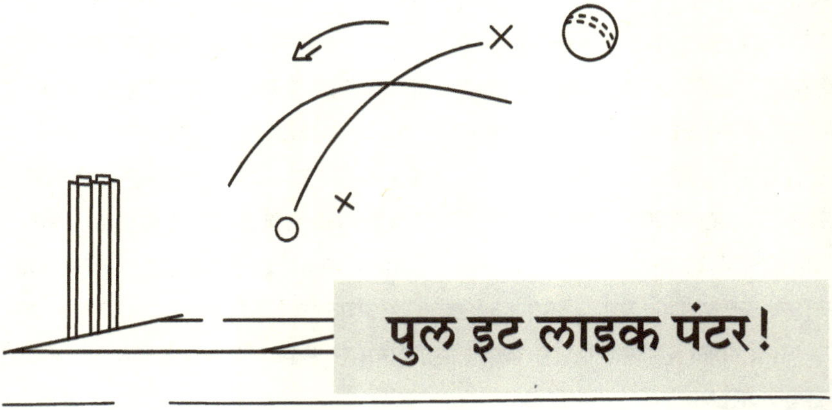

पुल इट लाइक पंटर!

'पुल' हा खरंतर क्रिकेटमधला सर्वांत उर्मट फटका! खेळाची कुठलीही स्टेज असो, बॉलर कोणीही असो, पिच कसंही असो; बॅट्समननं जर कडकडीत पुलचा चौकार किंवा षटकार मारला तर बॉलर खांदे पाडून मास्तरांनी मुस्कटात मारलेल्या विद्यार्थ्यासारखा आपल्या जागी परत जातो. कारण पुलच्या अदाकारीतच एक उद्दामपणा आहे. तो उर्मटपणा नसानसांत भिनलेला एक खेळिया म्हणजे आपलं 'punter' (जुगारी) हे नामाभिधान सार्थ ठरवणारा रिकी पाँटिंग!

प्रत्येक बॅट्समनचा एक लाडका शॉट असतो. तो शॉट अडीअडचणीच्या वेळी त्याच्या मदतीला धावून येत असेल, तर 'क्या कहने!' पुल हा तर पाँटिंगचा खास दोस्त होता. बॉलर नको इतका डोईजड होतोय, किंवा रन्स होत नसतील, तर पुल त्याच्या मदतीला सच्च्या मित्रासारखा धावून जायचा. जखडला गेल्यावर साखळ्या तोडायला पाँटिंग हमखास पुल वापरायचा.

कल्पना करा, इंग्लंड किंवा न्यूझीलंड येथील हिरव्यागार पिचवर दर्जेदार फास्ट बॉलर्सनी पाँटिंगला जेरीस आणलं आहे... आउटस्विंगर बॅटची कड घेता घेता राहतोय... आत येणारा चेंडू पाँटिंग कसाबसा खेळून काढतोय... बॉलर्सचं स्लेजिंग

चालू आहे. पाँटिंग वैतागलेला स्पष्ट दिसतोय... Something's gotta give. इतक्यात बॉल किंचित शॉर्ट पडतो... पंटर आपल्या 'पुल मोड'मध्ये जातो... किंचित खाली वाकून उजवा पाय थोडा मागे घेतो... वर येता-येताच डोकं मागे घेऊन तो आपला तोल मागच्या पायावर 'शिफ्ट' करतो... डावा पाय बॅलन्स सांभाळायला वर जातो आणि हात कोपरात न वाकवता एखाद्या लढवय्यानं दांडपट्टा फिरवावा तशा चपळाईनं चेंडू सणसणीत हाणतो! हा पुल म्हणजे हिरोनं ज्युनियर व्हिलनला कानफटात मारावी तसा असतो. त्यामध्ये तसूभरही बचाव नसतो. अनिर्बंध आक्रमकता! खेळाचं सगळं समीकरणच बदलून जातं. बॅट्समनचं पारडं जड झालेलं बॉलरच्याही देहबोलीतून जाणवतं. तो एक शॉट पाँटिंगला आणि पर्यायानं ऑस्ट्रेलियाला पुन्हा आत्मविश्वास देऊन जातो.

... आणि एकदा का आत्मविश्वास परत मिळाला, तर पाँटिंगला पुल मारण्यासाठी बॉल शॉर्ट पडायचीदेखील गरज नसते. तो अगदी लेंग्थ बॉलवरसुद्धा उभ्या-उभ्या मिडऑन ते फाईनलेग पट्ट्यात त्याला हव्या त्या ठिकाणी पुल मारतो. मग समोर ॲम्ब्रोस असो वा डोनाल्ड असो वा शोएब! त्या द्वंद्वाचा विजेता तिथेच ठरून जातो.

क्रिकेटमध्ये बॉलरला पुल 'मारला' जात नाही, बॉलर पुल 'खातो'. इथे नाजूकपणाला थारा नाही. त्याला कारणही तसंच आहे. चांगले फास्ट बॉलर्स तुम्हांला पाय मागे टाकून बॉलच्या लाइनीत अंग आणून बॉलच्या वर जाऊन वगैरे पुल मारण्याइतका वेळच मुळात देत नाहीत. फास्ट बॉलरला पुल मारायचा, तर बॅट्समनचा बॅलन्स, त्याचं तंत्र, आत्मविश्वास, त्याचा हाताचा आणि डोळ्यांचा समन्वय आणि चपळता सर्वोच्च प्रतीचं असावं लागतं. पुल म्हणजे हात वाकवून अंगावरचं झुरळ झटकल्याप्रमाणे बॉल मारण्याचं कामच नाही. अस्सल बॅट्समन हात न वाकवता मन मानेल त्या दिशेला बॉल मारतो. पुन्हा काही चुकलंच तर तो

तोफगोळा आपल्या छातीवर झेलण्याची तयारी लागते. म्हणून पुल हा कलाकाराचा नाही, तर योद्ध्याचा शॉट आहे. रिकी पाँटिंग हा अव्वल दर्जाचा योद्धा होता.

ट्वेंटी-ट्वेंटीच्या जमान्याच्या कितीतरी आधी पाँटिंगने फलंदाजांना दिलेली देणगी म्हणजे त्याचा पुल. दीडशे किमी वेगाच्या बॉलवर आडव्या बॅटनं हल्ला चढवण्याचं कसब पहिल्यांदा दाखवलं ते पाँटिंगनी! अगदी ऑस्ट्रेलियन संघही अडचणीत सापडल्यावर आपल्या कर्णधाराच्या पुल सारख्याच तडफेनं कोपऱ्यात अडकलेल्या वाघासारखा चवताळून पलटवार करायचा. रिकी पाँटिंगच्या नेतृत्वाखाली ज्या निर्दय बेदरकारपणानं ऑस्ट्रेलियाने क्रिकेटवर अधिराज्य गाजवलं, त्याचं साक्षात द्योतक म्हणजे त्याचा पुल. म्हणूनच तर म्हणतात – पुल इट लाइक पंटर!

■■■

द रम्बल इन द जंगल

खेळ असो, कला असो वा उद्योग; हिरो बरेच असतात. पण मोजकेच 'आयकॉनिक' ठरतात आणि एखाद-दुसराच 'लिजंड' म्हणवून घेऊ शकतो.

बॉक्सिंग हा खरंतर वरकरणी रानटी वाटणारा खेळ. पण या रानटी खेळातलं सौंदर्य उलगडून दाखवणारा खेळाडू म्हणजे मुहंमद अली. अली केवळ आपल्या खेळाला एका वेगळ्या उंचीवर नेऊन ठेवणारा चँपियन नव्हता; तर आपल्या विचारांनी आणि कर्तृत्वानं तो People's Champion झाला होता. अशा एकमेवाद्वितीय कलाकाराची आठवण त्याच्या कलाकृतीतून नाही काढायची तर अजून कशातून?

व्यावसायिक कारकिर्दीच्या शिखरावर असताना १९६६च्या मार्चमध्ये अलीने अमेरिकन सैन्यातून व्हिएतनाममध्ये लढायला जाण्यास नकार दिला. "I'm not going 10,000 miles from home to help murder and burn another poor nation simply to continue the domination of white slave masters of the darker people the world over." – हे तेव्हाचे त्याचे उद्गार. त्याच्यावर पाच वर्षांची बंदी घालण्यात आली. त्याचा जगज्जेत्याचा खिताब काढून घेण्यात आला. त्याचा पासपोर्ट जप्त करण्यात आला. मार्च १९६७ ते ऑक्टोबर

१९७० अशी साडेतीन वर्षं अली व्यावसायिक बॉक्सिंगपासून दूर होता. पण अली आपल्या विधानापासून एक इंचदेखील मागे हटला नाही, यातच त्याचं असामान्य व्यक्तिमत्त्व दिसतं.

अली आणि अजून एक दंतकथा बनलेला जॉर्ज फोरमन यांच्यात ३० ऑक्टोबर १९७४ रोजी विसाव्या शतकातली सर्वोत्कृष्ट मानली गेलेली बॉक्सिंग लढत घडली. मुष्टियुद्धाच्या इतिहासातली सर्वांत बहुचर्चित आणि अविस्मरणीय लढत! दोन महान बॉक्सर्सनी बॉक्सिंग रिंगमध्ये मांडलेला बुद्धिबळाचा डाव. तेव्हाच्या झायर आणि आताच्या काँगोमध्ये दोन दिग्गज कलाकारांनी रंगवलेली मानवी शक्ती, चिकाटी आणि धैर्याची मैफल... 'The Rumble in the Jungle'.

साठच्या दशकातल्या नागरी हक्क चळवळी (Civil Rights Movement) नंतर आफ्रिकन-अमेरिकन लोकांच्या प्रतिभेचं जगाला दिपवून टाकणारं दर्शन घडवण्याचं डॉन किंगचं स्वप्न साकारलं, तत्कालीन जगज्जेता जॉर्ज फोरमन आणि माजी जगज्जेता मुहंमद अली यांनी! तेव्हाच्या काळात कोट्यवधी डॉलर्स पणाला लागलेली... किंशासाच्या Stad du 20 Maiमध्ये ६० हजार प्रेक्षकांनी 'याचि देही याचि डोळा' अनुभवलेली... आणि जगभर एक अब्जापेक्षा जास्त लोकांनी बघितलेली अफाट, अद्‌भुत, अविश्वसनीय, अकल्पनीय, अचाट लढत!

या लढतीआधी फोरमन आणि अली दोघांनीही झायरमध्ये खूप दिवस मेहनत घेतली होती. अलीने थोडी जास्त; कारण लढतीआधी त्याने फोरमनसाठी खास कविता रचली!

You know I'm bad.
Just last week, I murdered a rock,
Injured a stone, Hospitalized a brick.
I'm so mean, I make medicine sick.
I'm so fast, man, I can run through a hurricane and don't get wet.
When George Foreman meets me, He'll pay his debt.
I can drown the drink of water, and kill a dead tree.
Wait till you see Muhammad Ali.

फोरमनची कारकिर्दही अलीइतकीच देदिप्यमान! दोघंही ६ फूट ३ इंच उंच... दोघांचीही वजनं शंभर किलोच्या वर... दोघांच्याही बाहूंत अमर्याद ताकद... दोघांचीही शरीरं मुशीतून शिशाच्या मूर्ती काढाव्यात तशी बलदंड! फोरमन २५ वर्षांचा तर अली

३२. दोघांनीही ऑलिंपिक सुवर्णपदकं जिंकली होती. दोघांचीही वृत्ती मुष्टियोद्ध्याला साजेशी... पाशवीच!

फोरमनने जगज्जेत्या 'स्मोकिन जो' फ्रेझियरला अवघ्या दोन मिनिटांत नॉक आउट करून जगज्जेतेपद पटकावलं होतं. त्याआधीच्या तब्बल ४० लढतींत फोरमन अजिंक्य राहिला होता. अलीनेही फ्रेझियर, केन नॉर्टन, सॉनी लिस्टन यांसारख्या धुरंधरांना आसमान दाखवलं होतं. अली हा तंत्रशुद्ध खेळ आणि वेगवान हालचाली करणारा 'आउट फायटर'; तर फोरमन हा आपल्या अमानवी ताकदीच्या जोरावर प्रतिस्पर्ध्याला बुकलणारा 'स्लगर'. दोघांच्यात डावं-उजवं करणं कठीण; नव्हे अशक्य होतं.

या लढतीची प्रचंड जाहिरात झाली होती. या युद्धाचा विजेता जागतिक मुष्टियुद्धाचा अभिषिक्त सम्राट बनणार होता. अमेरिकेतच नव्हे, तर जगभर लाखो, करोडो रसिक टीव्हीवर हे अभूतपूर्व द्वंद्व पाहत होते. आव्हानवीर म्हणून प्रथम मुहंमद अली रिंगणात उतरला. 'अली, बोम्मा ये' (Ali, kill him)च्या जोरदार घोषातच अलीचं स्वागत झालं. मग जागतिक विजेत्या जॉर्ज फोरमनचं आगमन झालं. दोघे पर्वतकाय मल्ल एकमेकांसमोर उभे राहिले. अली आपल्या टोमण्यांनी, प्रक्षोभक बोलण्याने फोरमनची एकाग्रता भंग करायचा प्रयत्न करत होता. परंतु फोरमनला हे सगळं नवीन नव्हतं. त्या क्षणी तो मुष्टियुद्धाचा बादशहा होता, अजिंक्य होता. रेफरी झॅक क्लेटनने इशारा केला आणि मुष्टियुद्धातल्या 'न भूतो न भविष्यति' अशा लढतीला सुरुवात झाली.

अलीने सुरुवातीलाच आपल्या जॅब्स आणि कॉंबिनेशन्सनी फोरमनवर घणाघाती हल्ला चढवला; पण काहीच क्षणांत फोरमन सावरला. नुसता सावरलाच नाही, तर त्यानेही अलीवर जोरदार प्रतिहल्ला डागला. फोरमन तरुण होता, सळसळत्या रक्ताचा आणि अचाट ताकदीचा; याउलट, अली आपल्या कारकिर्दीच्या उताराला लागला होता. फोरमनच्या अमानुष ताकदीपुढे अलीचा टिकाव लागणं मुश्कील होतं... आणि अलीने बॉक्सिंग रिंगमध्ये चाललेल्या या बुद्धिबळाच्या डावाची आपली पहिली चाल खेळली. अलीच्या लक्षात आलं की, नेहमीसारखं खूप हालचाली करणं म्हणजे आपलीच दमछाक करून घेणं. दुसऱ्याच फेरीत अलीने आपला 'गियर' बदलला. फोरमनवर वार करण्यापेक्षा तो रोप्सला रेलून फोरमनचे पंचेस झेलू - चुकवू लागला.

ही 'रोप-अ-डोप' योजना कमालीची यशस्वी ठरली. फोरमन सगळी ताकद पणाला लावून अलीवर हल्ला चढवत होता. अली मात्र रोप्सच्या मधल्या भागावर रेलून आपल्या चपळ हालचाली आणि 'रिफ्लेक्सेस'च्या मदतीनं फोरमनचे बहुतेक ठोसे चुकवत होता. फोरमनचे बरेचसे ठोसे अलीच्या पोटा- छातीवर लागत होते. पण फोरमन

अलीच्या चेहऱ्याचा म्हणावा तसा वेध घेऊ शकत नव्हता. पुन्हा डावपेच असे, की तीन मिनिटांच्या राउंडमध्ये अडीच मिनिटं फोरमनचा मार खाल्ल्यावर शेवटच्या ३० सेकंदांत अली फोरमनवर आपल्या ताकदवान जॅब्सचा वर्षाव करायचा. बुद्धिबळाचा डाव चांगलाच रंगला होता!

आणि हो! प्रत्येक वेळी 'They told me you could punch, George!' किंवा 'Is that all you have', 'You punch like a sissy George' असं म्हणून अली त्याला चिथावत होता. अर्थात, फोरमन अशा स्लेजिंगनं डोकं फिरवून घेणारा थोडाच होता? तो त्याच्या योजनेला धरून अलीवर हल्ले करत होता. त्याला कारणही तसंच होतं. कित्येक लढतींत फोरमनला सहा मिनिटांच्या वर लढावं लागलं नव्हतं. त्याची १५ राउंड्स खेळायची तयारी नव्हतीच. आपल्या ताकदीच्या जोरावर लवकरात लवकर लढत संपवणं, हीच फोरमनची सर्वोत्कृष्ट संधी होती. त्याचे मोहरे तो बरोबर खेळत होता.

फोरमन पहिल्या चार राउंडमध्ये अलीचा बचाव भेदू शकला नाही. थोड्या वेळानं फोरमन थकला. ती संधी साधून अलीने नव्या जोमानं त्याला ठोसे मारायला सुरुवात केली. प्रत्येक राउंडच्या शेवटी अली कट्स आणि जॅब्सचा पाऊस पाडत होता. पण फोरमनही तितकाच लढवय्या होता. अलीच्या ठोशांनी त्याचा चेहरा पुरीसारखा सुजला होता. समोरचं नीट दिसतही नव्हतं. पण हार मानेल तर तो फोरमन कसला? त्यानेही आपल्या हुक्स आणि क्रॉसेसनं अलीला जेरीस आणलं होतं. सिंह आणि हत्ती यांच्या या युद्धात हार तरी कोण मानणार? दोघंही रक्ताच्या शेवटच्या थेंबापर्यंत झुंज देणारे खंदे वीर होते. कोणीच इंचभरही मागे हटायला तयार नव्हतं. ठोशाला ठोसा, फटक्याला फटका दिला-घेतला जात होता. दोघं एकमेकांपेक्षा अणूभरही कमी नव्हते– ताकद, दमसास, जिद्द, चिकाटी, तंत्र, त्वेष, माज–कुठल्याच बाबतीत!

आठव्या फेरीच्या सुरुवातीला मात्र दोघंही प्रचंड दमले होते. असं म्हणतात की, कसलेल्या बॉक्सरचा एक 'पंच' कडक रमच्या 'पतियाळा पेग'चं काम करतो.

इथे तर त्या हिशेबात दोघांनी बाटल्यांवर बाटल्या रिचवल्या होत्या. दोघांच्या दमून झोकांड्या जात होत्या, पण कोणीच एक इंच माघार घ्यायला तयार नव्हतं. फोरमनने अलीवर पुन्हा एकदा हल्ला चढवला. अलीने पुन्हा एकदा आपल्या रणनीतीला अनुसरून रोपचा आसरा घेतला. फोरमनचे काही ठोसे खाल्ल्यावर आणि हुकवल्यावर अचानक अलीने जिवाच्या करारानं फोरमनवर निकराचा मारा केला. डाव्या हाताच्या एका 'हुक'नं फोरमनचं डोकं वर उचललं गेलं. दुसऱ्याच क्षणी अलीचा एक ताकदवान उजवा पंच फोरमनच्या चेहऱ्यावर बसला आणि फोरमन हादरला... त्या जगज्जेत्याचे बुरूज ढासळले... तटबंदी भेदली गेली. भेलकांडत फोरमन पाठीवर पडला. George Foreman is down. He's fallen like a tree in the forest.

तो उठून परत आपल्या पायावर उभा राहीपर्यंत वेळ टळून गेली होती. नवा जागतिक विजेता हेवीवेट मुष्टियोद्धा होता मुहंमद अली!

ही लढत म्हणजे मुहंमद अलीच्या झळाळत्या कारकिर्दीवरचा सुवर्णकळस होता. नंतर अली बऱ्याच लढती खेळला. अगदी जो फ्रेझियरलादेखील त्याने 'Thrilla in Manilla' म्हणून प्रसिद्ध झालेल्या लढतीत हरवलं, १९७६मध्ये आधी त्याला हरवलेल्या केन नॉर्टनला हरवलं. पण 'रम्बल इन द जंगल'च्या वेळचा अली पुन्हा बघायला मिळाला नाही. लिऑन स्पिंक्स, लॅरी होम्स आणि शेवटी ट्रेव्हर बर्बिक यांच्याकडून हरल्यावर मात्र अलीने निवृत्ती जाहीर केली.

'रम्बल इन द जंगल'वरच्या लघुपटाला १९९६मध्ये मिळालेलं ऑस्कर घेताना पार्किन्सन झालेल्या मुहंमद अलीला स्टेजवर जाताना आधार देत होता त्याचा एके काळचा कडवा प्रतिस्पर्धी आणि आताचा परममित्र जॉर्ज फोरमन! कित्येक वेळा खेळाडूची महानता ही त्याच्या मैदानातल्या यशापेक्षादेखील जास्त त्याच्या मैदानाबाहेरच्या वागण्यानं प्रत्ययाला येते.

आपल्या सबंध कारकिर्दीत आपल्या प्रतिस्पर्ध्यांना मारणारा, ठेचणारा, भलेबुरे बोलून आणि आपल्या विध्वंसक खेळानं त्यांना खच्ची करणारा अली आपल्या आयुष्यातल्या उत्तरार्धातल्या कर्तृत्वानं 'एक महान मुष्टियोद्धा' या पलीकडेसुद्धा महान माणूस बनला. दुर्लक्षित, दुर्बल आणि दुर्दैवी समाजघटकांना मदत करण्यात त्याने आपला वाटा उचलला.

'Float like a butterfly, sting like a bee' या वाक्याशी समरूप झालेल्या या महान खेळियाला त्यानेच दिलेल्या अविस्मरणीय लढतीच्या आठवणीची ही आदरांजली!

■■■

जेसी जैसा कोई नहीं!

कुठल्याही खेळामध्ये अगदी शाळा - कॉलेज - विद्यापीठाकडून, जिल्ह्याचं किंवा राज्याचं प्रतिनिधित्व करायला मिळणं ही खरोखरच अभिमानास्पद गोष्ट असते. काही मोजक्याच भाग्यवंतांना त्यांच्या देशाचं प्रतिनिधित्व करण्याचं सौभाग्य लाभतं. पण जर कोण्या एका खेळाडूनं कुठल्या स्पर्धेत उभ्या मानवतेचं प्रतिनिधित्व केलं असेल तर तुम्ही त्याला काय म्हणाल? त्याला सांगण्यात आलं, की 'बाबा रे! या एका स्पर्धेत मानवाचं, मानवीय संस्कृतीचं प्रतिनिधित्व करण्याची जबाबदारी तुझी आहे - You are competing for the mankind. तुझ्यावर जबाबदारी आहे, मानवतेच्या शत्रूंना ओरडून सांगण्याची, की सगळे मानव एक आहेत. जाती, देश, वंश, वर्ण, लिंग यावरून तुम्ही करत असलेला भेदभाव हे निव्वळ थोतांड आहे. कुठलाही वर्ण, वंश, जात ही दुसऱ्यापेक्षा श्रेष्ठ-कनिष्ठ असू शकत नाही. तुला अशी कामगिरी करून दाखवायची आहे, की मानवता या एकाच धर्मावरचा सर्वांचा विश्वास अजून दृढ झाला पाहिजे!' तर, काय म्हणाल अशा माणसाला?... प्रेषित?

आपण त्याला म्हणू– जेम्स क्लीव्हलँड ओवेन्स!

जेम्स क्लीव्हलँड ओवेन्स... अलाबामातल्या हेन्री आणि एमा ओवेन्स या शेतमजूर दांपत्याच्या ११ मुलांपैकी जेम्स सातवा आणि एका गुलामाचा नातू. जन्म १२ सप्टेंबर १९१३ रोजीचा... अशक्त, सतत खोकणारं, किरटं पोर... ब्राँकायटिस आणि न्यूमोनिया तर पाचवीला पुजलेले... घरी अठराविश्वं दारिद्र्य... वयाच्या सातव्या वर्षी जेम्स कापसाच्या शेतात दिवसाला जवळपास १०० पौंड कापसाची पाठीवरून ने-आण करत असे. आजचं मरण उद्यावर ढकलायला ओवेन्स कुटंबीय ओकविलहून उत्तरेला ओहायो राज्यात क्लीव्हलँडला आले, तेव्हा जेम्स ९ वर्षांचा होता. क्लीव्हलँडमधल्या शिक्षिकेनं नाव विचारलं. जेम्स त्याच्या सदर्नर अ‍ॅक्सेंटमध्ये बरळला... 'जे. सी. ओवेन्स (जेम्स क्लीव्हलँड ओवेन्स)'. त्या शिक्षिकेला काही ते नीट ऐकू आलं नाही. तिने लिहून घेतलं, जेसी (Jesse) ओवेन्स. पुढे जन्मभर हेच नाव जेम्सला चिकटलं. जेम्स ओवेन्सचा झाला जेसी ओवेन्स!

घाणेरीच्या रोपट्यासारखा कोणीही पाणी न घालता जेसी वाढत होता. नशीब एकच, की आता मजुरीबरोबर शाळाही सुरू होती. जेसी विशेष हुशार विद्यार्थी नव्हता; पण सर्वांत वेगवान नक्कीच होता. फेअरमाउंट ज्युनियर हायस्कूलमध्ये चार्ल्स रायली नावाच्या क्रीडाप्रशिक्षकांनी जेसीमधले गुण हेरले आणि त्याला शाळेच्या ट्रॅक आणि फिल्ड संघात जागा मिळाली. १९३३मध्ये ईस्ट टेक्निकल हायस्कूलकडून खेळताना त्याने १०० आणि २२० यार्ड धावण्यात आणि लांब उडीत (तेव्हा त्याला बोर्ड जंप म्हणत) शालेय राष्ट्रीय विक्रम नोंदवले. इथूनच जेसीची कारकिर्द बहरायला लागली. ओहायोच्या बक-आय (Buckeye) परगण्यातून आलेला जेसी 'बक-आय बुलेट' म्हणून ओळखला जाऊ लागला.

शाळेची फी भरायला आणि पोटाची सोय करायला लायब्ररीत काम करणं, गॅस स्टेशनवर काम करणं, कपडे धुऊन देणं, कोणाची फुटकळ कामं करणं सुरू होतंच. खरी धमाल तर पुढे होती!

१९३५मध्ये उत्तर अमेरिकेतल्या 'बिग टेन' राज्यांच्या मिशिगनमधल्या स्पर्धेत अवघ्या ४५ मिनिटांत जेसीने तीन नवीन विश्वविक्रम प्रस्थापित केले; तर एका विश्वविक्रमाशी बरोबरी केली! अ‍ॅथलेटिक्सच्याच नव्हे, तर इतर कोणत्याही खेळाच्या इतिहासात कोण्या एका खेळियाने असा पराक्रम केलेला नव्हता आणि आजतागायत कोणी असा पराक्रम करू शकलेलं नाही. शब्दशः 'न भूतो न भविष्यति!'

पण याहीपेक्षा मोठा आणि महत्त्वाचा पराक्रम अजून जेसीची वाट बघत होता. १९३६चं बर्लिन ऑलिंपिक्स हे 'नाझी विरुद्ध इतर' असं अघोषित युद्धच होतं. आर्यन

वंशाच्या श्रेष्ठत्वाच्या आणि फॅसिस्ट विचारांनी हिटलर पिसाटला होता. नाझी जर्मनीचं वर्चस्व सिद्ध करण्यासाठी जमीन-आसमान एक करण्याची त्याची तयारी होती. काळ्या बांडगुळांना संघात स्थान दिल्याबद्दल जर्मनीत अमेरिकेची टर उडवली जात होती. एका जर्मन अधिकाऱ्यानं ओवेन्स आणि इतर कृष्णवर्णीय ॲथलिट्ससारख्या 'नॉन-ह्युमन्स'ना खेळायची परवानगी दिल्याबद्दल तक्रार केली होती. जागोजागी काळ्या स्वस्तिकाचं चिन्ह असलेले लालभडक झेंडे फडकत होते. खाकी गणवेषातले जर्मन सैनिक (Stormtroopers) ठायी-ठायी नाझी सॅल्युट करताना दिसत होते. नाझी राष्ट्रगीत 'Deutschland Uber Alles' चे सूर उरात धडकी भरवत होते. नाझी सुप्रीमसी सिद्ध करायला हिटलर पेटून उठला होता. ऑलिंपिक्स हे 'खेळ' न राहता वांशिक शक्ती आणि मानवता यांच्यातलं द्वंद्व झालं होतं. परंतु जर्मन सरकार नाझीझमचा डंका पिटत असलं तरी ३ ऑगस्ट १९३६ रोजी बर्लिनच्या ऑलिंपिक स्टेडियममध्ये जमलेले एक लाख दहा हजार प्रेक्षक आपला देश, धर्म, वंश, वर्ण सगळं विसरून त्यांच्या लाडक्या खेळाडूला पाठिंबा देत होते– 'येस्सी... येस्सी...येस्सी...येस्सी!'

तीन ऑगस्टला जेसीने १०० मीटरची शर्यत १०.३ सेकंदांत जिंकली. दुसरा आला तो त्याचा (कृष्णवर्णीय) देशबांधव राल्फ मेटकाल्फ. नाझी वर्चस्वाच्या हिटलरच्या दंभावर पहिला आघात झाला!

चार ऑगस्टला लांब उडीच्या स्पर्धेत जेसीचे पहिले दोन प्रयत्न 'फाऊल' ठरले होते. अजून एक फाऊल आणि जेसी स्पर्धेबाहेर जाणार होता. जेसी स्वतः त्या वेळेबद्दल सांगतो – "I fought, I fought harder... but one cell at a time, panic crept into my body, taking me over." शेवटच्या प्रयत्नाच्या वेळी एका निळ्या डोळ्यांच्या, सोनेरी केसांच्या तरुण जर्मन ॲथलीटनं जंपिंग लाइनपासून जेसीला

हात केला आणि खूण म्हणून आपला टॉवेल ट्रॅकच्या कडेला लाइनच्या थोडा मागे ठेवला. तो ॲथलीट होता जर्मनीचा लांब उडीच्या पदकासाठीचा प्रबळ आव्हानवीर लुझ लाँग!

कल्पना करा... लाँगनं काळ्या ओवेन्सला हरवून सुवर्णपदक जिंकावं अशी खुद्द फ्युररची इच्छा होती. परंतु लाँग एक हाडाचा खेळाडू होता! आपल्या सर्वांत मोठ्या प्रतिस्पर्ध्याला धीराचे चार शब्द ऐकवायला, त्याला मदत करायला, त्याला सल्ला द्यायला–तेही साक्षात फ्युरर समोर बसलेला असताना–हजारो लोकांसमोर पुढे यायला तो कचरला नाही. हिटलरच्या वांशिक वर्चस्वाच्या कल्पनांचे बुरूज एका खेळाडूनं उद्ध्वस्त केले. धर्म, जात, पंथ, वंश, वर्ण, देश, सगळ्या-सगळ्या सीमा मिटून गेल्या. लाँग आणि ओवेन्स आणि इतर हजारो - लाखोंचा धर्म citius-altius-fortius, वांशिक श्रेष्ठत्वाच्या फुटकळ कल्पनांच्या चिंधड्या उडवत होता.

लाँगच्या सल्ल्यानुसार ओवेन्सने पुढची उडी चांगली ४ इंच मागून घेतली आणि अंतिम फेरीसाठी पात्र ठरला. अंतिम फेरीतल्या पाचव्या प्रयत्नानंतर जेसी आणि लाँग संयुक्तपणे पहिल्या स्थानावर होते. परंतु नंतरच्या दोन प्रयत्नांत आपली कामगिरी उंचावत जेसीने सुवर्णपदक पटकावलं तेव्हा त्याचं अभिनंदन करायला प्रथम धावला तो रौप्यपदकविजेता लाँग! लाँगबद्दल जेसी म्हणतो – "You can melt down all the medals and cups I have and they wouldn't be a plating on the 24-karat friendship I felt for Luz Long at that moment. Hitler must have gone crazy watching us embrace." लाँग दुसऱ्या महायुद्धात मरण पावला; पण ओवेन्स त्याच्या कुटुंबीयांच्या कायम संपर्कात राहिला.

पाच ऑगस्टला–दुसऱ्या दिवशी जेसीने २०० मीटर शर्यत २०.७ सेकंदांचा नवीन ऑलिंपिक विक्रम प्रस्थापित करून जिंकली. नंतर मार्टी ग्लिकमन आणि सॅम स्टोलर या ज्यू खेळाडूंना अचानक काढून टाकल्यामुळे ओवेन आणि मेटकाल्फ यांना ४ बाय १०० मीटर रिले शर्यतीत भाग घेण्याची संधी मिळाली, आणि जेसीने आपलं चौथं सुवर्णपदक जिंकलं. जेसी परत आला तेव्हा त्याचं स्वागत एका बोर्डनं झालं, ज्यावर लिहिलं होत –Owens 4 - Hitler 0.

दुसऱ्या महायुद्धामुळे १९३६ची स्पर्धा जेसीची पहिली आणि शेवटची ऑलिंपिक स्पर्धा ठरली. इतकंच नाही, तर त्याची कारकिर्द महायुद्धामुळे संपुष्टात आली. दुर्विलास पाहा... जेसी परत आला तेव्हा अमेरिकेत त्याचं कौतुक झालं; लोक त्याच्याशी हात मिळवायचे; त्याच्या पाठीवर कौतुकाची थाप मारायचे; त्याला मिठी मारायचे; पण

कोणी त्याला नोकरी देऊ केली नाही. चार ऑलिंपिक सुवर्णपदकांचा मानकरी आपलं आणि आपल्या कुटुंबाचं पोट भरण्यासाठी घोड्यांशी, कुत्र्यांशी शर्यती लावायचा. नंतर जेसीने दिवाळखोरीचा अर्ज केला. तो मंजूर झाला आणि जेसी अमेरिकन सरकारसाठी सदिच्छा दूत (Goodwill Ambassador) झाला. आपल्या प्रेरक भाषणांतून कष्ट, प्रामाणिकपणा, जिद्द आणि चिकाटीचं महत्त्व सांगत राहिला, ते १९८०मध्ये त्याचं निधन होईपर्यंत!

लहानपणी वीणा गवाणकरांचं *एक होता कार्व्हर* शेकडो वेळा अधाशासारखं वाचलं होतं. जेसी आणि जॉर्ज वॉशिंग्टन कार्व्हर यांच्यातलं साम्य म्हणजे दोघंही कधीच कोणाविरुद्ध लढले नाहीत. दोघांच्याही वागण्यात, इतका अन्याय सहन करूनही, यत्किंचितही कटुता नव्हती. कोणाबद्दलही आकस नव्हता, चीड नव्हती. म्हणूनच जेसी सच्चा खेळाडू होता. जेसी गेला तेव्हा राष्ट्राध्यक्ष जिमी कार्टर त्याच्याबद्दल म्हणाले, "Perhaps no athlete better symbolized the human struggle against tyranny, poverty and racial bigotry."

परंतु जेसी स्वतः म्हणायचा, "मी बर्लिनला कोणाला हरवायला गेलो नव्हतो. माझी कोणाशीही स्पर्धा नव्हती. ऑलिंपिक्समध्ये तुम्ही कोणाला पराभूत करायला जात नाही, तुम्ही जाता तुमची सर्वोत्तम कामगिरी करायला. मला कोणाचा पराभव करायचा असेलच तर तो स्वतःचा!"

असा होता जेसी... सगळी बंधनं लंघून केवळ एक ॲथलीट म्हणून, एक खेळाडू म्हणून काळाच्या दगडावर आपलं नाव कायमचं कोरून जाणारा... कुठल्या देशाचा न राहता पूर्ण मानवतेचं प्रतिनिधित्व करणारा... पदकं, विक्रम यांच्या खूप-खूप पलीकडे जाऊन आपल्या मैदानावरच्या कामगिरीनं आणि मैदानाबाहेरच्या वागण्यानं आदर्श ठेवणारा! म्हणूनच आजही 'सर्वोत्कृष्ट ऑलिंपियन कोण?' असा प्रश्न विचारला जातो, तेव्हा उत्तर एकच असतं 'जेम्स क्लीव्हलँड ओवेन्स'!

■■■

राइट हँड ओव्हर लेफ्ट

मला ना... १९८९-९०पासून एक विचित्र रोग जडला आहे. चांगला २३-२४ वर्षं टिकला. २०१३मध्ये एक लस टोचली आणि वाटलं, की आता कमी होईल दुखणं. पण मुळापासून गेलेलं नाही हो! दर वर्षी १९-२० एप्रिल तारीख आली की मला अजूनही ताप येतो! चार-पाच दिवस तर टिकतोच टिकतो. 'आयच्यान! सचिनज्वर किंवा तेंडुलकरोना म्हणतात त्याला!' मग काय! तो आठवडा जुन्या मॅचेस, काही खास इनिंग्सचा डोस घेतो दिवसातून दोन-तीन वेळा! एकदा तो कोर्स पूर्ण झाला की मग ऑलमोस्ट वर्ष निघतं.

तेंडल्याचे काही फटके तर अजूनही लख्ख आठवतात. अब्दुल कादिरला लाँगऑन वरून भिरकावून देणारा... शोएबला थर्डमॅनपलीकडे पोहोचवणारा... कास्प्रोविक्झला साईटस्क्रीनवर 'डिपॉझिट' करणारा... साक्षात शेन वॉर्नला dancing down the wicket येत लेगस्टंपच्या बाहेरून मिडविकेटवरून फेकून देणारा... किती-किती फटके आणाल डोळ्यांसमोर! स्ट्रेट ड्राइव्ह म्हणजे तर 'उपमा कालिदासस्य'सारखं 'स्ट्रेट ड्राइव्ह तेंडुलकरस्य' म्हणावा इतका तेंडल्याचा हक्काचा शॉट!

पण अजून एक शॉट असा आहे की, ज्याचे सगळे कॉपीराइट्स साहेबांकडे आहेत. नसते तरी काही फरक पडला नसता, कारण पृथ्वीतलावर असा शॉट दुसरा कोणी मारू शकतच नाही. तो म्हणजे, राइट हँड ओव्हर लेफ्ट फ्लिक! एकच चीज वेगवेगळे गायक आपल्या रंगात आणि ढंगात गातात, तसा एकच फ्लिक; पण प्रत्येक बॅट्समनचा वेगळा! लक्ष्मण फ्लिक करणार म्हणजे ओव्हरपिच्ड बॉलला हलक्या हातानं थोपटणारा... मार्क वॉचा फ्लिक म्हणजे एखाद्या कसलेल्या व्हायोलिनवादकानं नजाकतीनं बो फिरवावा तसा... लाराचा म्हणजे कलिप्सो डान्सरसारखं फूटवर्क करून मनगट वापरून चौकार मारणारा... पण आमच्या साहेबांच्या फ्लिकची बातच न्यारी!

बॉल मिडल-लेगवर किंचित ओव्हरपिच्ड पडायचा अवकाश; फ्रंटफूट - बॅकफूट वगैरे भेदभाव न मानता तेंडल्या मिडविकेट - स्क्वेअरलेगला बॉल पाठवून द्यायचा. नातवाच्या केसांतून हात फिरवत आजोबांनी हलकेच टप्पल मारावी तसा तेंडल्या बॅटीनं तो चेंडू कुरवाळायचा. बॅट-बॉलची भेट होताना त्या अर्ध्या क्षणात उजवा 'बॉटम हँड' डाव्याच्या वर यायचा. पुन्हा या फ्लिकची रेंज वाईड लाँगऑन ते डीप फाईनलेग अशी जवळपास ११०-१२० डिग्रीची असायची आणि टायमिंग तर केवळ लाजवाब! कित्येक वेळा टप्पा तितका जवळ नसेल तर हा माणूस बॉल अगदी पोटाजवळ आल्यावर असा फ्लिक मारायचा.

ताशी १४० ते १५० किमी वेगानं बॉलिंग करणाऱ्या बॉलरला असं बॅट गोल फिरवून फ्लिक वगैरे मारणं म्हणजे मूर्तिमंत माज होता. पण तो माज म्हणजे, एखाद्या सणकी तलवारबाजाची आक्रमकता नव्हती; तर एका कसलेल्या योद्ध्याचा आत्मविश्वास होता. हा फ्लिक प्रचंड कंट्रोलमध्ये मारला जायचा. यावर कधी सिक्सर मारली गेली नाही; या फ्लिकने कधी बॉलरचा तेजोभंग केला नाही; पण दर वेळी बॉलरच्या आत्मविश्वासाला खिंडार नक्कीच पाडलं.

सचिन तेंडुलकरची महानता वगैरे विषय बाजूला ठेवू. निव्वळ फिजिक्सचे सिद्धान्त लावले तरी हा माणूस करामती जादूगार होता. दीड किलोची जड बॅट जादूच्या कांडीसारखी वापरून त्याने ज्या कलाकृती निर्माण केल्या, त्यांना तोड नाही. लताबाईंचं 'अल्ला तेरो नाम' ऐकताना आणि सचिनचा फ्लिक बघताना पडणारा प्रश्न सारखाच; नास्तिकांना देवाच्या अस्तित्वाचा अजून काय पुरावा हवा आहे?

■■■

क्वाएट प्लीज ! लेडीज ॲण्ड जंटलमन !

चंदा आए, तारे आए, आने वाले सारे आए,
आए तुम्ही संग ना... आन मिलो सजना।

जुलै महिन्याचा दुसरा आठवडा... दुपारची वेळ... बाहेर रिमझिमणारा पाऊस... हातात मोठा मग भरून वाफाळता चहा आणि ही अप्रतिम ठुमरी... जुन्या आठवणींची हुरहुर लावणारी! २०२०मध्ये खरोखरच एका सजणीनं झुरवलं. तिच्या आठवणीनं जीव वेडापिसा झाला. तिचं आणि माझं नातं अगदी मी वयात येतानापासूनचं– त्याहीपेक्षा किंचित आधीचंच. हिरवळीवरून, पांढऱ्याशुभ्र पेहरावात ओंजळीनं मोती उधळत येणारी ती... तिच्या त्या निळ्या डोळ्यांना, सोनेरी केसांना, तिच्या तारुण्यानं मुसमुसलेल्या अंगकांतीला, स्ट्रॉबेरीचा रंग ल्यालेल्या गालांना चिरतारुण्याचं वरदान! ती यायची तेव्हा रात्र जागवायची, मदहोश करून जायची, अपार आनंद देऊन जायची आणि पंधरा दिवसांनी जाताना आठवणींचा ठेवा देऊन जायची... पुढच्या वर्षी पुन्हा येण्याचं आश्वासन देतच.

टिपिकल ब्रिटिश आहे ती! एसडब्ल्यू १९, चर्च रोड, लंडन... अगदी तिकडची सदाशिव पेठच म्हणा ना!... वेळेची पक्की! जूनच्या शेवटच्या सोमवारी येते आणि जुलैच्या दुसऱ्या रविवारपर्यंत राहते. पण त्या वर्षी ती आलीच नाही. येणार तरी कशी म्हणा... परिस्थितीच अशी! पण २०२१मध्ये आलीच की ती... तिचा १४४वा वाढदिवस साजरा करायला! तिची वाट बघण्यात एक वर्ष सहज सरून जातं.

तीच हो... क्रिकेटबाहेरचं तुमचं-आमचं पहिलं प्रेम– 'विंबल्डन!'

या ब्रिटिश लोकांना एक चांगली सवय आहे. एखाद्या खेळाला जन्म द्यायचा, त्याचं पालनपोषण करायचं, त्याच्यावर चांगले संस्कार करायचे, त्याला छान धष्टपुष्ट करायचं आणि मग जगातल्या इतर देशांनी हुकमत गाजवण्यासाठी त्याला सोडून द्यायचं. बघा ना, क्रिकेट, फुटबॉल, रग्बी ही मुलं आणि त्यांची लाडाची लेक टेनिस!

नऊ जुलै १८७७ रोजी लंडनच्या विंबल्डन उपनगरातल्या हिरवळीवर २२ (यातला एक आला नाही, म्हणजे २१) स्पर्धकांचा सहभाग असलेली ही स्पर्धा हॅरो स्कूलचा माजी विद्यार्थी स्पेन्सर गोर याने जिंकली आणि तब्बल २५ गिनीजची (१ गिनी म्हणजे १ पाऊंड १ शिलिंग) महागडी ट्रॉफी जिंकली. त्या वेळी डॉ. हेन्री जोन्स यांनी घालून दिलेले बरेचसे नियम आजही अस्तित्वात आहेत. १८८४मध्ये महिलांची पहिली स्पर्धा मॉड विल्सनने जिंकली आणि एका अद्‌भुत प्रवासाला सुरुवात झाली; जो गेली १४५ वर्षं सुरू आहे.

विंबल्डन आणि श्वेतवस्त्र हे एक अतूट समीकरण आहे. आताच्या रंगीबेरंगी, झगमगाटाच्या जमान्यात तर 'विंबल्डन ग्रीन' रंगाच्या पार्श्वभूमीवरच्या त्या पांढऱ्या कपड्यांचा राजेशाही रुबाब अजूनच उठून दिसतो.

टेनिस हा आधीच वैयक्तिक खेळ. प्रत्येक खेळाडू हा त्याच्या खेळातूनच नाही, तर त्याच्या पोशाखातूनसुद्धा आपल्या व्यक्तिमत्त्वाचा ठसा उमटवण्याचा प्रयत्न करत असतो. ते दोन आठवडे सगळं जग २५६ सर्वोत्कृष्ट टेनिसपटूच नाही, तर २५६ उमद्या, तरुण, 'सेक्सी' व्यक्तिमत्त्वांचं कौशल्य, त्यांची ताकद, त्यांची नजाकत आणि त्यांची वृत्ती-प्रवृत्तीदेखील बघत असतं. फॅशन आणि मार्केटिंग यासाठी यापेक्षा उत्तम संधी ती कोणती? पण विंबल्डन आणि ग्लॅमर किंवा फॅशन हे समीकरण रूढ झालं ते बऱ्याच अंशी सुझॅन लेंग्लेन या फ्रेंच खेळाडूमुळे... तब्बल शंभर वर्षांपूर्वी १९२०च्या दशकात! सुझॅन कोर्टवर एखाद्या बॅले नर्तकीसारखी विहार करायची आणि तिच्या फॅशन सेन्सनं तेव्हाच्या युरोपीय स्त्रियांना (आणि अर्थातच पुरुषांनासुद्धा) वेड लावलं होतं. तेव्हापासूनच टेनिसइतकेच ग्लॅमर आणि फॅशन हे विंबल्डनचा अविभाज्य भाग बनले. पुढे हेच ग्लॅमर विंबल्डनची ओळख झाली.

विंबल्डनच्या कोर्टवर तर कित्येक खेळाडूंनी 'न भूतो न भविष्यति' अशी कामगिरी केलेली आहे... टेनिसच्या प्रतिभेचं अचाट, अद्‌भुत दर्शन घडवलेलं आहे. १८८०च्या दशकातल्या अर्नेस्ट आणि विल्यम हे रेनशॉ बंधू आणि हर्बर्ट लॉफर्ड यांपासून ते रॉड लेव्हर - रॉय एमरसन, मागरिट कोर्ट - बिली जीन-किंग, बोर्ग - मॅकेन्रो, नवरातिलोवा - एव्हर्ट, बेकर - एडबर्ग, स्टेफी ग्राफ - मोनिका सेलेस, सॅम्प्रास - अगासी, फेडरर - नदाल अशा कितीतरी थरारक लढती दिल्या आहेत.

बोर्ग - मॅकेन्रोचा १९८०चा श्वास रोखून धरायला लावणारा टायब्रेकर असो वा बेकर - एडबर्गची १९८९मधली उत्कंठावर्धक अंतिम लढत; २००५ची व्हीनस विल्यम्स विरुद्ध लिंडसे डेव्हनपोर्ट लढत असो वा प्राण कंठाशी आणणारं २००८चं फेडरर - नदालचं जीवघेणं द्वंद्व; विंबल्डनच्या त्या हिरवळीवर टेनिस झळाळून उठतं!

गेल्या १४५ वर्षांत जगात कितीतरी उलथापालथ झाली. देश होत्याचे नव्हते झाले... नवे देश निर्माण झाले... खुद्द ब्रिटिशांचं साम्राज्य त्यांच्या बेटापुरतं उरलं... माणूस चंद्रावर गेला... मंगळावर उतरायची स्वप्नं बघायला लागला; पण विंबल्डनच्या काही रूढी-परंपरा अजूनही बदललेल्या नाहीत. मला तर विंबल्डनच्या प्रथांमध्ये पुण्याच्या गणेशोत्सवाच्या परंपरांइतकेच पावित्र्य दिसतं.

कितीही खर्चीक असली तरी विंबल्डन ग्रासकोर्टवरच खेळली जाते.

स्पर्धेचं 3D प्रक्षेपण २०११पासून होत असलं तरी १८७७पासूनच सर्व खेळाडूंना प्रामुख्यानं पांढरा पोशाख घालण्याचं बंधन कायम आहे.

बाकी स्पर्धा Men's किंवा Women's असतात; विंबल्डनला मात्र Gentlemen and Ladies स्पर्धा होतात.

१९२०मध्ये उभारलेलं सेंटर कोर्ट पाडून नवं अद्ययावत स्टेडियम उभारण्यापेक्षा, जास्त खर्च करूनसुद्धा कमी सोयी असलेल्या जुन्याच स्टेडियमवर मागे घेता येण्यायोग्य छप्पर (Retractable roof) टाकणं पसंत केलं गेलं.

आपल्याकडे जशी मोदकांशिवाय गणेशचतुर्थी अशक्य, तसं स्ट्रॉबेरी विथ क्रीमशिवाय विंबल्डन अपूर्ण! हे लोक त्या दोन आठवड्यांत जवळपास ३० टन स्ट्रॉबेरी आणि आठ हजार लीटर क्रीम फस्त करतात.

स्पर्धेचा पहिला रविवार हा विश्रांतीचा दिवस असतो; पुण्यात एक ते चार दुकानं बंद असतात तसंच!

सर्वांत महत्त्वाचं म्हणजे, आपल्याकडे विसर्जनाला एरवी कोणी काहीही थिल्लरपणा करत असेल; कसब्याच्या आणि तांबडी जोगेश्वरीच्या गणपतीसमोर मात्र भाविक मनोभावे हात जोडूनच उभा राहतो. तसंच, सामन्याच्या वेळी काहीही दंगा सुरू असेल, पण चेअर अंपायरनं नुसतं 'Quiet please... Ladies and Gentlemen' म्हणायचा अवकाश; प्रेक्षक हाताची घडी तोंडावर बोट ठेवून शांत बसतात!

आजच्या सातत्यानं बदलणाऱ्या जगात काही गोष्टी आपण रुचिपालट म्हणून का होईना; जपायला हव्यात. प्रत्येक रूढी-परंपरेला शास्त्रसंमत कारण असायची गरज नाही. 'आमच्यात असं करतात' हे कारण काही अभिमानास्पद रूढी जपायला पुरेसं असतं. ऑलिंपिक्सच्या वेळी ज्योत लावणं, मेलबर्नची बॉक्सिंग डे टेस्ट, न्यूझीलंड 'All Blacks', रग्बी टीमचं हका (Haka) नृत्य यांसारखीच विंबल्डन ही केवळ ब्रिटिशांची किंवा टेनिसची नाही, तर उभ्या खेळजगताची परंपरा आहे. ती आहे तशीच जपली गेली पाहिजे.

■■■

मेरे दो अनमोल रतन – **मार्क वॉ**

Crush... हो हो! तुम्हांला अभिप्रेत आहे तोच क्रश! याला का कोणास ठाऊक मराठीत प्रतिशब्द सापडतच नाही...! Crushमधला भाबडेपणा, त्यातली निरागसता आणि निर्भेळ असं प्रेम हे तसंही इतर कुठल्या शब्दात व्यक्त होणं अवघडच!

क्रिकेट आपलं पहिलं प्रेम असेल तर क्रिकेटमधला आपला पहिला क्रश म्हणजे मार्क वॉ! 'कितने भी तू करले सितम, हँस-हँस के सहेंगे हम' हे गाणं मार्क वॉ इतकं कोणाला चपखल बसत नसेल. या माणसात मुळातच एक आपलेपणा वाटायला लावणारं काहीतरी होतं. मार्क वॉनं आपल्या विरुद्ध सेंच्युरी मारून मॅच काढली, मोक्याच्या वेळेला कोणाला रन-आउट केलं, इतकंच काय; १९९६च्या वर्ल्ड कपमध्ये सचिनला वाईड टाकून आउट केलं, तरीही आम्हांला कधी मार्क वॉचा राग आला नाही. कदाचित त्याच्या बॅटिंगमध्ये असणाऱ्या साध्या सरळ सौंदर्यानं आम्हांला भुरळ घातली होती.

आपल्या काही मिनिटांनी मोठ्या असलेल्या गंभीर, खवचट जुळ्या बंधूच्याही तुलनेत मार्क वॉ म्हणजे कारल्याच्या कापांच्या शेजारी रसाळ पायरी जणू! या माणसाच्या हातात बॅट म्हणजे व्हायोलनिस्टच्या हातात बो! आणि म्हणूनच याची फलंदाजी म्हणजे संगीत होतं! याच्या फटक्यांना 'शॉट' म्हणणं म्हणजे सोज्वळ

निशिगंधा वाडला अँजेलिना जोली म्हणण्यासारखं! 'अहिंसा परमो धर्मः' म्हणत हा चेंडूला कुरवाळायचा - थोपटायचा - क्वचित कधीतरी प्रेमानं एक टपली मारायचा! स्क्वेअर ड्राइव्ह असो वा लेग ग्लान्स, फ्लिक असो वा सरळ उचलेला षटकार; याचा प्रत्येक फटका एक सुरेल कॉम्पोझिशन असायचं.

मला भावणारी धाकल्या वॉ साहेबांची खासियत म्हणजे त्यांचं कॅचिंग! पहिल्या / दुसऱ्या स्लिपमध्ये गडी असा उभा राहायचा, जणू निवांतपणा पर्सोनिफाइड! हा निवांतपणा म्हणजे इंझमामचा आळसावलेला निवांतपणा नव्हता बरं का! या निवांतपणातही एक चलाखी होती. कसली घाई नाही, गडबड नाही, चिंता नाही. हा निवांतपणाच मार्क वॉला सर्वोत्तम स्लिप्स फिल्डर करून गेला.

स्लिप्समधल्या फिल्डरकडे बॅटची कड घेतल्यावर बॉल अनपेक्षित वेगात आणि विचित्र कोनात येतो. त्याचा अंदाज घेणं म्हणजे कर्मकठीण काम. पण म्हणतात ना – A sure sign of greatness is making difficult things look easy. इथेच मार्क वॉ उत्तमतेच्या सीमा ओलांडून महानतेकडे जायचा. त्याला येणाऱ्या चेंडूचा अचूक अंदाज तर असायचाच; शिवाय त्याच्या मनासारखंच त्याचं शरीरही रिलॅक्स्ड असायचं. अत्यंत चपळाईनं तो त्या चेंडूच्या रेषेत यायचा आणि अलगदपणे तो कॅच घ्यायचा. मग तो अगदी जमिनीलगत असो किंवा डोक्याच्या वर!

बरं, हे सगळं जितकं साधं-सोपं दिसायचं तितकंच ते प्रत्यक्षात कठीण आणि कसबाचं काम होतं. त्यामागेदेखील तंत्रशुद्ध अभ्यास होता. मार्क वॉ त्याला 'narrow stance technique' म्हणायचा. पायात अंतर कमी ठेवलं की 'सेंटर ऑफ ग्रॅव्हिटी'च्या बाहेर पटकन हालचाल करता येते. तुमचे हात जेवढे रिलॅक्स्ड असतील तितका तो चेंडू हातात सहज सामावतो. फक्त त्यात तुम्हांला ती नजाकत हवी असेल, तर मात्र तुम्हांला ते देणं जन्माला येतानाच घेऊन यावं लागतं.

आजकाल तर फिल्डिंग कधी नव्हती इतकी सुधारली आहे. चपळता, अचूकता, वेग सर्वच बाबतीत आजकालचे फिल्डर्स निर्विवादपणे सरस आहेत. पण फिल्डिंगमधलं 'ग्लॅमर' वाढलं असलं तरी 'सौंदर्य' कुठेतरी हरवत चाललेलं दिसतं.

मार्क म्हणायचा – "Don't try and catch the ball, let the ball catch you." पण आजकालच्या swipe left, swipe right करणाऱ्या टिंडर पिढीला नुसत्या चोरट्या कटाक्षांतून व्यक्त होणारा रोमान्स कळावा तरी कसा?

पोरांनो, मार्क वॉचं स्लिप्समधलं कॅचिंग बघा! तुम्हांला थोडा अंदाज येईल.

■■■

मेरे दो अनमोल रतन – श्रीमंत थोरले वॉ साहेब

बॅलन्स - समतोल - संतुलन - इक्विलिब्रियम हा सृष्टीचा नियम आहे. एकीकडे झीज झाली की दुसरीकडे भर पडतच असते, कुठे थंडी पडली तर अजून कुठे उष्णतेची लाट आलेली असते, इतकंच काय; एखाद्या घरी आज जेवणात मीठ कमी पडलं तर कुणाकडे जेवण खारट झालेलंच असतं.

या फिलॉसॉफीचा शोध मला काही वर्षांपूर्वीच लागला होता. 'धूम ३' बघत होतो... आणि एकदम न्यूटनच्या डोक्यावर सफरचंद पडावं तसा माझ्या डोक्यात प्रकाश पडला. 'राम और श्याम' घ्या, 'सीता और गीता', 'चालबाज', 'अप्पू राजा', 'कमीने', 'किशन कन्हैय्या' अगदी 'शर्मिली'सुद्धा; कुठल्याच चित्रपटांत जुळे एकसारख्या स्वभावाचे कधीच कसे दाखवत नाहीत? किंबहुना, जुळे म्हटलं की दोघांचं वागणं दोन टोकाचंच असायला हवं का? एक भोळाभाबडा असेल तर दुसरा बाराचा असलाच पाहिजे का? जुळ्या बहिणी छान, मृदुभाषी, सुस्वभावी, सुलक्षणी इत्यादी दाखवायला कायद्यानं बंदी आहे का?

पण मग विचार केला की, कदाचित सृष्टीच्या या नियमाला धरूनच २ जून १९६५ रोजी बेव्हर्ली वॉ या माउलीनं जुळ्यांना जन्म दिला. या नियमाला अनुसरूनच त्यातील

एक भारतीय क्रिकेटप्रेमींच्या मनात भरायचा आणि दुसरा डोक्यात जायचा. पण दोघांनीही क्रिकेटवर आपली न पुसली जाणारी मोहोर उमटवली. मागच्या लेखात आपण मनात भरलेल्या मार्कबद्दल बोललो, तर आता आपल्या डोक्यात जाणारे 'थोरले'!

स्टीवन रॉजर वॉ हे नाव घेतलं की मला १९९९च्या वर्ल्ड कपचा ऑस्ट्रेलिया वि. दक्षिण आफ्रिका उपांत्य सामना आठवतो. आफ्रिका ९ बाद २०५... शेवटच्या षटकात नऊ धावांची गरज आणि एकच विकेट हातात... पण 'मॅन ऑफ द सीरीज' लान्स क्लूसनर खेळतोय... तेही १२ चेंडूत २३ धावा काढून... फ्लेमिंगचे पहिले दोन चेंडू त्याने सीमेपार धाडले! संपलाच की खेळ... चार चेंडू आणि एकच धाव जिंकायला!... आता नक्की लॉर्ड्सवर पाकिस्तान आणि आफ्रिका झुंजणार!

त्याच वेळी थोरले वॉ साहेब फक्त आपल्या लोकांना दोन्ही हातांनी 'आत या' अशी खूण करतात. त्यांचा चेहरा नेहमीसारखाच निर्विकार... आत सुरू असलेल्या वादळाची पुसटशी कल्पनादेखील येऊ नये इतका! नऊ क्षेत्ररक्षक ती एक धाव अडवण्यासाठी वाघासारखे टपलेले... फ्लेमिंगचा पुढचा चेंडू डॉट पडतो... तीन चेंडू एक धाव– तरीही आवाक्यातच! क्लूसनर पुढचा चेंडू मिडऑफला मार्क वॉकडे मारून पळत सुटतो... डोनाल्ड हलत नाही... फ्लेमिंग गिलख्रिस्टकडे चेंडू टाकतो आणि डोनाल्ड धावबाद होऊन क्रिकेटची एक नवी कंपनी जन्माला येते 'ऑस्ट्रेलियन क्रिकेट इन्कॉर्पोरेटेड'!... सीईओ - स्टीवन रॉजर वॉ!

थोरल्या वॉ साहेबांच्या डोक्यातच एक रेफ्रिजरेटर होता आणि हीच त्यांची खासियत! मार्क टेलरकडून वारसाहक्कानं मिळालेला ऑसी संघ खऱ्या अर्थानं जगज्जेता बनवला स्टीवने! हेडन, गिलख्रिस्ट, मॅक्ग्रा आणि वॉर्न या संघाचे हातपाय असतील, तर या संघाचं सिंहाचं काळीज होता स्टीव वॉ! त्याच्या नेतृत्वानं एका अत्युत्कृष्ट संघाला एक महान संघ बनवलं!

१९९७मध्ये एक दिवसीय आणि १९९९मध्ये कसोटी संघाचं नेतृत्व हाती आल्यावर स्टीव वॉने क्रिकेटची अनेक समीकरणं बदलली. सातत्य, अपेक्षेपेक्षा

उत्तम कामगिरी सतत करणं, क्रिकेट खेळण्याची पद्धत बदलणं, सर्वोत्तमतेचा ध्यास घेणं, पुनःपुन्हा स्वतःचेच विक्रम मोडणं असे अनेक आयाम स्टीव वॉने ऑस्ट्रेलियन क्रिकेटला दिले. दोन-चार नाही, तर सलग १६ कसोटींत या संघानं प्रतिस्पर्ध्यांना धूळ चारली. वॉ खेळलेल्या १६८ कसोटींतल्या ५७मध्ये तो कर्णधार होता. त्यांपैकी ४१ सामन्यांत त्याने विजय मिळवला आणि केवळ ९ सामन्यांत पराभवाचा सामना केला.

स्टीव वॉच्या थंडपणाचं आणि कठोरपणाचं मूर्तिमंत प्रतीक म्हणजे त्याचा काऊ कॉर्नरला मारला जाणारा स्लॉग! बॉलर डोईजड होत असेल किंवा परिस्थिती हाताबाहेर जात असेल तर थोरले वॉ साहेब हमखास हा फटका मारायचे. अगदी तणावाच्या परिस्थितीत, थंड डोक्यानं जागा हेरून लाँगऑन आणि मिडविकेटच्या गॅपमधून मारलेला चौकार / षटकार हा त्याचा फटका इतका लोकप्रिय होता, की स्टीवच्या शेवटच्या सामन्यात भारतीय विकेटकीपर पार्थिव पटेलनं फर्माइश केली – 'C'mon Steve, just one more of your popular slog sweeps before you quit!' आणि स्टीव्हने त्याची फर्माईश पूर्णदेखील केली!

We play to win matches, not to win friends ही मानसिकता याच्या नसानसांत भिनलेली! पहिल्या टेस्टमध्ये मिळालेली 'बॅगी ग्रीन' शेवटपर्यंत अभिमानानं वापरणारा, खिशात लाल रुमाल ठेवणारा, कधीही हार न मानणारा, पराकोटीच्या दबावातदेखील थंडपणे विचार करणारा आणि कठोरपणे निर्णय घेणारा चिवट आणि झुंजार संघाचा चिवट आणि झुंजार कर्णधार - स्टीव वॉ!

असे हे अचाट जुळे! धाकला मार्क कलाकार असेल तर थोरला स्टीव हा योद्धा होता. मार्कच्या हाती चित्रकाराच्या कुंचल्यासारखी वाटणारी बॅट स्टीवच्या हातात ग्लॅडिएटरच्या तलवारीसारखी वाटायची. कॉलर वर करून गॉगल घालून ऑफस्पिन टाकणारा मार्क रॉकस्टार, तर कॉलर वर करून मीडियम पेस टाकणारा स्टीव वर्कहॉर्स! मार्कची शांतता म्हणजे तळ्याचं पाणी, तर स्टीवची शांतता म्हणजे खदखदणारा ज्वालामुखी! जुळे असूनही किंवा जुळे असल्यामुळे म्हणा; चॉक अ‍ॅण्ड चीजसारखे वेगळे!

पण, दोघांच्यात साम्यदेखील होतंच की! दोघांनीही क्रिकेटरसिकांना भरभरून आनंद दिला, अविस्मरणीय क्षण दिले, कडू-गोड आठवणी दिल्या. एकानं आमरसाचा गोडवा दिला, तर एकानं मटण-रश्शाचा झणका! पण दोघांनीही मजा आणला! त्याचसाठी रॉजरकाका आणि बेव्हर्लीकाकूंच्या पोरांना खूप खूप धन्यवाद!

■■■

वहा(ब) जी वहा(ब)!

आपल्याला ड्रामा आवडतो. क्रिकेट असो वा सिनेमा वा लाइफ; आपल्याला ड्रामा आवडतो. आपला हिरो कसा– हातात बंदूक असली तरी त्याच्या दस्त्यानं हाणत-हाणत दहा लोकांना लोळवील; पण गोळी नाही घालणार. सरळ समोरच्याला गोळी घालून मामला खतम केला तर पिक्चरमध्ये मजा काय राहिली? जरा काचा तुटल्या, डोकी फुटली, माणसं इकडून तिकडं उडून पडली, हाडं मोडली की कसं जरा पैशे वसूल झाल्यासारखं वाटतं. एका टीमनं अमुक-अमुक रन केल्या आणि दुसऱ्या टीमनं तमुक-तमुक ओव्हरमध्ये त्या चेस केल्या, अशी साधी-सरळ-सोपी स्टोरी असलेलं क्रिकेट आम्हांला कसं आवडणार? मग तो पाठलाग कितीही शिस्तीचा का असेना!

आत्ताचं जे क्रीडायुद्ध आपण बघणार आहोत ना, ते म्हणजे खरंतर बऱ्याच जुन्या स्टारच्या पिक्चरसारखं होतं. पिक्चरमध्ये कसं– डायरेक्टर, कोरिओग्राफर, म्युझिक डायरेक्टर एकदम नावाजलेले, सिनेमॅटोग्राफी उच्च, हिरॉईन टकाटक, म्युझिक एकदम कॅची! पण आपल्याला माहीत असतं, की स्टोरी बकवास आहे आणि तो पन्नाशीचा इसम शिंग मोडून कुंवारा असण्याची 'ॲक्टिंग' दोन-अडीच तास करणार! पण कधीमधी एखादा साइड ॲक्टर एखाद-दोन सीन असे खाऊन टाकतो, की वाटतं पैसे वसूल झाले.

अॅडलेडचं सुंदर ग्राऊंड... वर्ल्ड कप उपांत्यपूर्व फेरीची उत्सुकता... ऑस्ट्रेलिया आणि पाकिस्तानसारखे कागदावर तुल्यबळ संघ...'माउथ-वॉटरिंग क्लॅश' म्हणावा इतका परफेक्ट माहौल होता. परंतु कुठेतरी आत माहीत होतं की, हा बार फुसका निघणार! आणि झालंही तसंच... पाकिस्तानला अवघ्या २१३ धावांत रोखल्यानंतर ऑस्ट्रेलियानं सह गडी आणि तब्बल १६.१ षटकं राखून विजय मिळवला. सामन्याचा निकाल पाहिल्यावर अर्थातच ही एकतर्फी लढत दिसते आणि ती खरी झालीही तशीच! परंतु इथेही एक साइड अॅक्टर आपली करामत दाखवून गेला... अर्ध्या तासाचं फुटेज खाऊन गेला... एक अविस्मरणीय परफॉर्मन्स देऊन गेला... त्याचं नाव वहाब रियाझ!

आफ्रिदी बाद झाल्यावर चौतिसाव्या ओव्हरला वहाब बॅटिंगला आला तेव्हा पाकिस्तानच्या ६ बाद १५८ धावा झाल्या होत्या... स्टार्क आणि हेझलवूडची गोलंदाजी अर्थातच वहाबला झेपत नव्हती... फॉकनर, मिचेल जॉन्सन शिवीगाळ करत होते... मागून हॅडिनची टकळी सुरू होतीच... त्यातच स्लिप्समधून शेन वॉटसन म्हणाला, "Are you holding a bat?" तेव्हा त्याला कल्पना नव्हती, की जेमतेम दीड तासानंतर त्याला वहाबकडून बरंच ऐकावं लागणार होतं. पाकिस्तान जेमतेम २१३पर्यंत पोहोचू शकले.

खरंतर इथेच सामन्याचा निकाल लागलेला होता. पक्क्या व्यावसायिक आणि चिवट ऑसी फलंदाजीसाठी हे लक्ष्य फार अवघड नव्हतंच. त्यांनी सुरुवातही जोरदार केली होती. फिन्च लवकर बाद होऊनसुद्धा वॉर्नर आणि स्मिथ आठव्या षटकापर्यंत ४४पर्यंत पोहोचले होते. कर्णधार मिसबाहसाठी शेवटचा एक्का उरला होता– वहाब रियाझ!

नववं षटक टाकायला वहाब आला आणि तिसरा चेंडू लेगस्टंपच्या बाहेर वाइड पडला. पुढचा चेंडू तसाच ऑफस्टंपच्या बाहेर पडला. मारायच्या मूडमध्ये असलेल्या वॉर्नरने पुन्हा बॅट फिरवली; पण चेंडू फक्त थर्डमॅनला उभ्या असलेल्या राहत अलीपर्यंतच गेला. वहाबने पाकिस्तानला बेहद जरुरी खिंडार पाडून दिलं होतं. 'बस! अब शेर के मुंह खून लग चुका था!' पाकिस्तानचा वेगवान गोलंदाज वर्ल्ड कपचा 'करो या मरो' सामना वाचवण्यासाठी गोलंदाजी करत होता– कोपऱ्यात गाठलेल्या वाघासारखा! त्याला माहीत होतं की, आता लढाई 'आर या पार' होती. पाकिस्तानला सामना जिंकण्यासाठी ऑस्ट्रेलियाला सर्व बाद करणं भाग होतं आणि त्यांचं एकमेव अस्त्र होतं वहाब रियाझ. वॉर्नरच्या विकेटची आयती भेट मिळाल्यावर रियाझ चवताळून उठणं साहजिक होतं.

पुढच्याच षटकापासून रियाझने आखूड टप्प्याचा मारा सुरू केला. ऑसी कर्णधार क्लार्क पाठीच्या दुखापतीनं त्रासला होता. त्याच्या याच कच्च्या दुव्यावर रियाझने हल्ला केला. चौथाच चेंडू लेगस्टंपवरून जो उसळला तो क्लार्कच्या हेल्मेटच्या दिशेनंच! क्लार्कने आपलं डोकं वाचवण्याचा प्रयत्न केला; पण शॉर्ट लेगच्या सोहेब मक्सूदकडे झेल देण्यापलीकडे तो काहीच करू शकला नाही. वहाबने दोन षटकांत आपली दुसरी शिकार केली होती.

...आणि खेळायला आला शेन वॉटसन! वहाब जणू दुपारचं स्लेजिंग डोक्यात ठेवूनच धडधडत निघाला. पहिलाच चेंडू वॉटसनच्या नाकासमोरून सरसरत यष्टिरक्षकाच्या ग्लव्हजमध्ये जाऊन थडकला... पुढचा बॉल १५० किमी वेगानं सणसणत गेला... वहाब आता धगधगत होता... तो रनअपमध्येच वॉटसनसमोर गेला... आपल्या सहकाऱ्यांकडे बघून टाळ्या वाजवल्या... आणि वॉटसनकडे एक जळजळीत कटाक्ष टाकून म्हणाला – "Hello Shane, I'm Wahab!"

'ये बात... अब आयेगा मजा खेल का!'... आता जरा सावरून बसायला हवं. चेंडूनं आग आणि तोंडानं गरळ ओकणाऱ्या वेगवान गोलंदाजासमोर कसलेला फलंदाज उभा असणं हे क्रिकेटमधलं सगळ्यांत अप्रतिम दृश्य! एरवी निश्चितपणे बॅट्समन्स गेम असताना, एक वेगवान गोलंदाज दंड थोपटून उभा राहतो तेव्हा भल्या-भल्या फलंदाजांचं पाणी कळतं. स्मिथ आणि वॉटसनची आता खरी कसोटी होती.

पण म्हणतात ना... बॉलर्स हन्ट इन पेअर्स! वहाबला समोरून तोलामोलाच्या साथीची गरज होती; पण दुर्दैवानं वेगवान गोलंदाजांची खाण असलेल्या पकिस्तानच्या

संघात त्या दर्जाचा गोलंदाज नव्हता. राहत अलीच्या पुढच्या षटकात पाच धावा काढायला स्मिथला काहीच तोशीस पडली नाही. आणि पुढे सामनाभरदेखील वहाबच्या समोरच्या बाजूनं रन्स जातच राहिल्या, त्यामुळे त्याच्या आक्रमणाची धार नक्कीच जरा बोथट झाली.

आपल्या तिसऱ्या षटकासाठी वहाब पुन्हा चवताळून आला. दुसराच चेंडू लेगस्टंपच्या बाहेर पडून वॉटसनच्या डोक्याच्या दिशेनं झेपावला... पुन्हा तिसरा... पुन्हा सहावा! आता मात्र एक हुन्नरी वेगवान बॉलर एका चांगल्या फलंदाजाला कळसूत्री बाहुलीसारखा नाचवत होता. एकीकडे स्मिथसारखा दर्जेदार फलंदाज धीरोदात्तपणे टिकून होता; मात्र त्याच्यापेक्षा काकणभरच कमी असलेल्या वॉटसनला चांगलीच कसरत करावी लागत होती. वहाबची आग थंड होण्याची वाट स्मिथ बघत होता; वॉटसन मात्र कोळशांवर चालायला लावल्यासारखा नाचत होता. १९ आणि २१ मधला फरक आता दिसत होता. वॉटसनला टाकलेल्या प्रत्येक चेंडूवर वहाब जणू आग पाखडत होता. बॉल वॉटसनच्या बरगड्यांवर आदळले... नाकासमोरून गेले... कानामागून गेले... बॅटची कड घेऊन थर्डमॅनला गेले... पण १५ निवडणुका हरून एखादा नेता पक्षाध्यक्ष राहावा, तसा वॉटसन कसाबसा टिकला होता.

वहाबच्या शॉर्ट चेंडूंनी वॉटसनला पुरता जखडला होता... नटसम्राट गणपतराव बेलवलकरासारखा 'टू बी ऑर नॉट टू बी' परिस्थितीत अडकलेला... पार गुडघ्यावर टेकलेला, खचलेला, हरलेला, हताश!

वहाब आता आपल्या पाचव्या षटकासाठी पुन्हा जिवाच्या करारानं धावून आला. पहिल्याच चेंडूवर निकराचा हल्ला चढवत त्याने एक अप्रतिम बाउन्सर टाकला. आता मात्र वॉटसन केवळ हतबलतेनं बॅट फिरवता झाला. बॉल फाइनलेगच्या दिशेनं उडाला... तो उडाला सामना... तो उडाला वर्ल्ड कप... फाइनलेगला निवांत उभ्या असलेल्या राहत अलीच्या हातात विसाऽऽ....

राहतने सोडलेल्या त्या झेलानं वहाबच्या जणू शिडातली हवाच काढून घेतली. एखाद्या रियाझी तबलानवाजानं अप्रतिम पलटे वाजवत एखादी लयदार बंदिश बांधावी आणि नेमकी शेवटच्या तिहाईला नगमा वाजवणाऱ्यानं सम चुकावी तसा त्या सुटलेल्या झेलानं सगळ्या मैफिलीचा कचरा केला.

वहाब अर्थातच भडकला आणि मग खचला. एका खंद्या लढवय्याप्रमाणे पुन्हा आक्रमणाला सज्ज झाला. पण आता ती वेळ टळून गेली होती... वॉटसनला नशीब आपल्या बाजूनं असल्याची जाणीव झाली. बुडत्याला काडीचा आधार मिळालेला

होता. आता वॉटसनने त्याच्या आत्मविश्वासावरची धूळ झटकली...पुढच्याच ओव्हरला त्याने सोहेल खानला पुलचा एक कडकडीत चौकार लगावला आणि आता निराळाच वॉटसन दिसायला लागला. काही मिनिटांपर्यंत कचरत खेळणाऱ्या वॉटसनची देहबोलीच बदलली. वहाबची पुढची ओव्हर त्याने व्यवस्थित खेळून काढली.

पूर्ण ताकदीनं पाठोपाठ सहा षटकं टाकल्यावर वहाब थकला होताच. वहाब आणि वॉटसन–दोघांनाही कळलं होतं की, द्वंद्व खरंतर संपलं आहे. वहाब आग ओकत असताना भिजलेल्या मांजरासारखा भेदरलेला वॉटसन संधी मिळताच डिवचलेल्या नागासारखा फणा काढून आला. त्याच्या साथीला आलेल्या मॅक्सवेलनेदेखील धडाका लावला. एका वेळी पुरता नामोहरम झालेल्या वॉटसननंच रियाझला एक षटकार आणि एक चौकार ठोकून या युद्धाचा निकाल लावला.

जिंकण्यासाठी हव्या असलेल्या ११६ धावा एका स्मिथच्या मोबदल्यात ऑस्ट्रेलियाने केवळ पुढच्या १५ षटकांत करून उपांत्य फेरीत प्रवेश केला.

शत्रुराष्ट्र का असेना; एका क्रिकेटवेड्या आणि अतिशय प्रतिभावान खेळाडूंच्या संघाची ही शोकांतिका! एरवी खरोखरच प्रतिभावान पोरं... दृष्ट लागावी असं टॅलेंट! काय यांचे बॉलर्स, काय त्यांचा स्विंग, काय त्यांचे विचित्र स्पिन्स... एकदम ओके! परंतु मोक्याच्या वेळी तोळामासा स्थितीत नुसती प्रतिभा कामी येत नाही. त्याबरोबर लागतं टेंपरामेन्ट... डोकं थंड ठेवण्याची हातोटी! आणि इथेच त्या दिवशी पाकिस्तानने कच खाल्ली. ऑस्ट्रेलियाच्या नसानसांत भिनलेली व्यावसायिकता त्यांच्या कामी आली. एखाद्या खेळाचं वा कलेचं प्रशिक्षण घेताना कौशल्य आत्मसात करण्याइतकंच, किंबहुना काकणभर जास्त महत्त्वाचं असतं ते टेंपरामेंट! ॲडलेडच्या या क्रीडायुद्धानं क्रीडाप्रेमींना एका अविस्मरणीय द्वंद्वाचा आनंद दिला... आणि एक महत्त्वाची शिकवणही –Hard work beats talent, if talent doesn't work hard!

■■■

...अँड अ फॉरवर्ड शॉर्टलेग!

आपण कॉमेंटरीमध्ये नेहमी ऐकतो बघा– *Kumble resumes from round the wicket with an aggressive field – 2 slips, a gully, silly point and a forward short leg.* येस! ... ...अँड अ फॉरवर्ड शॉर्टलेग! एकदम '...आणि डॉ. काशिनाथ घाणेकर' स्टाईलमध्ये! कारण ती जागाच तशी आहे. फुटबॉलमध्ये स्वीपर किंवा लिबेरो, रग्बीमध्ये क्वार्टरबॅक, बास्केटबॉलमध्ये पॉइंट गार्ड, कबड्डीमधला कोपरारक्षक यांचा जो माज, जे ग्लॅमर तेच क्रिकेटमध्ये फॉरवर्ड शॉर्ट लेगचं! इथे डायलॉगबाजी करून टाळ्या शिट्ट्या घेण्याची बात नाही... कडक रोलमध्ये पिक्चर खाण्याचा विषय आहे. हातात सोट्यासारखी बॅट घेतलेले तडाखेबंद फलंदाज खेळत असताना तिथे फिल्डिंग करणं येऱ्यागबाळ्याचं कामच नाही! खरंतर इथे नॉर्मल माणसांचं कामच नाही - इथे गबाळा नसला तरी येडाच पाहिजे!

एक तर फॉरवर्ड शॉर्ट लेगला फिल्डिंग करायला बॅट्समनपासून हातभर अंतरावर उभं राहावं लागतं. विकेटकीपर अगदी स्टंप्सच्या मागे उभा राहिला तरी बॉल अगदी बॉलरच्या हातात असल्यापासून त्याला दिसत असतो. समोरून बॉल येत असल्यामुळे कीपरला त्या बॉलचा वेग, टप्पा, त्याची दिशा, स्विंग किंवा स्पिन याचा अंदाज घेणं

बऱ्यापैकी सोपं असतं. पण फॉरवर्ड शॉर्ट लेगचा फिल्डर, बॅट्समन आणि बॉलरच्या आणि पर्यायानं बॉलच्या दिशेच्या काटकोनात असतो. त्याला तिसऱ्या मितीचा (डेप्थचा) अंदाज नसल्यानं बॉल ऑफ स्टम्पच्या बाहेर पडलाय की स्टंपात, याचा अंदाज येणं जवळजवळ अशक्य असतं. त्यामुळे त्याला मिळणारा रिॲक्शन टाइम फार-फार कमी असतो. पुन्हा बॉल त्याच्याकडे आलाच तर नक्की कुठल्या दिशेनं आणि किती वेगानं तेही सांगता येत नाही. बॅट-पॅड असेल तर बॅट्समनच्या पायाशी लोटांगण घालावं लागतं किंवा एखाद्याचा सणसणीत पुल किंवा स्वीप डोकंसुद्धा फोडू शकतो. रमण लांबासारख्या दर्जेदार खेळाडूला या पोझिशनवर आपला जीव गमवावा लागला, यातूनच त्या जागी असलेल्या धोक्याची कल्पना येते.

अशी सतराशेसाठ लफडी असताना बहुधा संघातल्या नवख्या बॅट्समनला बळीचा बकरा बनवलं जातं, यात आश्चर्य ते काय! एरवी कोण राजीखुशीनं आणि अक्कलहुशारीनं त्या आगीत उडी मारेल? जीव धोक्यात घालून कॅच पकडायला थांबायची कामं करणार कोण?

पण... फॉरवर्ड शॉर्ट लेगला आपला ठसा उमटवणारे वीर-बहाद्दरदेखील होतेच की! बॅट्समनची बॅट पुल किंवा स्वीपसाठी कितीही जोरात फिरली तरी डोळ्यांची पापणी न मिटणारे, इतक्या धोकादायक पोझिशनलादेखील थंड डोक्यानं, शांत चित्तानं, पाय रोवून उभे राहणारे धुरंधर निपजतातच की! इतर कुठल्याही पोझिशनला फिल्डिंग करणं शिकता येतं, पण फॉरवर्ड शॉर्ट लेगला स्वतःहोऊन फिल्डिंग करणारा फिल्डर जन्मावा लागतो!

इथे नियमितपणे फिल्डिंग करणारा प्राणी साधा-सरळ मनुष्यप्राणी असून चालत नाही; तो काम्पोझिट लागतो. चित्त्याची चपळता, बगळ्याची एकाग्रता, वाघाचा संयम, गरुडाची नजर, मांजरीचं संतुलन, वटवाघळाचे पंजे, आणि सर्वांत महत्त्वाचं म्हणजे सिंहाचं काळीज... त्यात माकडाची टवाळी असेल तर तो बोनस!

काही खेळियांनी ही फिल्डिंग पोझिशन अजरामर केली. या निडर क्षेत्ररक्षकांचा मेरुमणी म्हणजे एकनाथ धोंडू सोलकर! जुनेजाणते क्लासिकलवाले जसे आपल्या गुरुजनांचं नाव घेताना कान चिमटीत पकडतात, तसं अझहरपासून रवींद्र जाडेजापर्यंत लोकांनी सोलकरचं नाव घेताना आपले कान पकडले पाहिजेत.

एकी सोलकरने फॉरवर्ड शॉर्ट लेगच्या जागेचा सात-बारा आपल्या नावावर करून घेतला होता. एकी नुसता निर्भय नव्हता, तर अचाट ॲंटिसिपेशन आणि अफाट निरीक्षणशक्ती असलेला क्षेत्ररक्षक होता. असं म्हणतात की, तो बॅट्समनच्या

फूटवर्कवरून त्याच्या फटक्याचा अंदाज बांधायचा. त्याची नजर कायम बॉलवर असायची आणि म्हणूनच हेल्मेट किंवा कुठलीही संरक्षक साधनं न वापरण्याच्या काळातदेखील त्याला एका हाताच्या बोटावर मोजण्याइतक्या वेळासुद्धा बॉल लागला नसेल.

ॲलन नॉटने १९७१मध्ये त्याला बाद करताना एकीने घेतलेल्या कॅचवर खूश होऊन आपली बॅट भेट दिल्याचीही कथा आहे... आणि एकदा बॅट्समननं मारलेला पुल सोलकरच्या डोक्याला लागून मिडऑफला उभ्या असलेल्या प्रसन्नाने झेलल्याचीही! बॅट्समन पुल किंवा स्वीप करतानादेखील एकी आपले पंजे चेहऱ्यासमोर ठेवून चेहरा वाचवायचा; पण बॉलवरची नजर कधी काढायचा नाही. म्हणूनच, चंद्रा - बेदी - प्रसन्ना - वेंकटराघवन या चौकडीच्या यशात एकनाथ सोलकरचाही मोठा वाटा होता. केवळ २७ टेस्ट्समध्ये घेतलेले ५३ झेल हे प्रमाण अजूनपर्यंत कोणी नॉन-विकेटकीपर गाठू शकलेला नाही. त्याला 'शेक्सपिअर ऑफ शॉर्ट लेग' किंवा 'बीथोवेन ऑफ बॅट-पॅड्स' म्हणायचे, ते उगाच नाही!

पुढे हेल्मेट्स आली, शिन-गार्ड्स, चेस्ट-गार्ड्स आली आणि फिल्डर्सना त्या जागी फिल्डिंग करण्यासाठी हिंमत यायला लागली. तरीही, कारकिर्दीच्या शिखरावर फॉरवर्ड शॉर्ट लेगला उभे राहणारे लोक विरळाच! ब्रायन क्लोज, टोनी लॉक, डेव्हिड बून, विंडीजचा गस लोगी, राहुल द्रविड किंवा आताचे कुसल मेंडिस आणि चेतेश्वर पुजारा यांनी फॉरवर्ड शॉर्ट लेगला कितीतरी अप्रतिम कॅचेस घेतलेल्या आहेत.

क्रिकेट हा नुसता मैदानी खेळ नाही. बॉलरनं बॉल टाकला... बॅट्समननं मारला... बॅट्समन चुकला आणि आऊट झाला, इतका सरळ हिशेब इथे नाही. एका वेळी शरीर, बुद्धी आणि मन या तिन्हींचा कस बघणारा हा खेळ आहे. कसोटी क्रिकेटमध्ये तर मैदानावर बुद्धिबळाचा डावही मांडलेला असतो आणि इंटरव्ह्यूची खुर्चीसुद्धा! बॉलर सतत प्रश्न विचारत असतो आणि त्यात फॉरवर्ड शॉर्ट लेगला तगडा फिल्डर असेल तर कसलेल्या बॅट्समनलादेखील घाम फुटतो. तिथे उभा असलेला खंदा फिल्डर नुसत्या त्याच्या अस्तित्वानं बॅट्समनवर प्रचंड दबाव टाकू शकतो, हाच त्या जागेचा महिमा!

बॅट्समनला बाद करायला जाळं लावणारा बॉलर असेल; पण त्या जाळ्यात बॅट्समनला ओढणारा अस्सल शिकारी असतो फॉरवर्ड शॉर्ट लेग! *बोले तो, बॉलर बस ससी कपूर होता है... असली बच्चन तो कोई और है!*

■■■

नादिया Perfect Ten कोमानेच

एक गोष्ट...

लहान वयात देदिप्यमान यश - प्रचंड प्रसिद्धी - रसिकांचं अलोट प्रेम - लोकप्रियता - पैसा आणि प्रतिष्ठा.

आणि मग - दुर्दैवाचे फेरे - होत्याचं नव्हतं होणं - असह्य घुसमट, एकाकीपणा - अतीव नैराश्य - असहायता

त्यानंतर...

... नाही. ही गोष्ट तुम्हांला वाटतेय तशी संपत नाही. ती व्यक्ती त्या परिस्थितीच्या वणव्यातून झळाळी प्राप्त झालेल्या सोन्यासारखी बाहेर येते. तेजानं तळपणारं अस्सल बावनकशी सोनं! आणि काळाच्या दगडावर आपलं नाव कायमचं कोरून जाते– नादिया कोमानेच (Nadia Comaneci)!

मॉन्ट्रियल ऑलिंपिक्समध्ये (१९७६) 'अनईव्हन बार्स' या कम्पल्सरी प्रकारासाठी नादिया कोमानेच हे नाव पुकारण्यात आलं, तेव्हा त्या १४ वर्षांच्या, जेमतेम ५ फूट उंचीच्या चिमुरडीला कल्पनादेखील नव्हती, की आपण पृथ्वीतलावरच्या सर्वांत मोठ्या

क्रीडामंचावर परफॉर्म करत आहोत. तिच्याच शब्दांत सांगायचं तर – "I didn't care about pressure and I didn't comprehend the consequences." आपल्या प्रशिक्षकांनी सांगितलेलं 'रूटीन' कुठेही न चुकता पूर्ण करायचं, इतकी सहज-सोपी इच्छा घेऊन नादियाने त्या अनईव्हन बार्सवर झेप घेतली.

लोअर बारला हलका स्पर्श करून तिने वरच्या बारवर झेप घेतली आणि पुढचे काही क्षण आलम दुनिया आपले श्वास रोखून जिम्नॅस्टिक्सच्या एका नव्या तारकेचा उदय पाहत राहिली. एका अप्रतिम 'हँडस्टॅन्ड'नंतर खालच्या बारला एका थरारक 'स्पिन' घेऊन नादिया दोन्ही पाय घट्ट रोवून जमिनीवर आली आणि प्रेक्षकांच्या कौतुकाचा बांध टाळ्यांचा कडकडाट करत फुटला. तेव्हाचे लाँजाईन्स कंपनीनं बनवलेले स्कोअरबोर्ड्स जास्तीत जास्त ९.९५चा स्कोअर दाखवणारे होते. नादियाच्या या अचाट कामगिरीनंतर गुणफलकावर आकडा झळकला '१.००'!

इकडे नादिया 'लोक खूप टाळ्या वाजवताहेत' म्हणून खूश होती. दूरचित्रवाणीवरची निवेदिका म्हणाली– 'She was swimming in an ocean of air.' संघातल्या एका मुलीनं 'तिकडे बघ' अशी खूण केल्यावर तिचं लक्ष गुणफलकाकडे गेलं! मानवीच नव्हे, तर यांत्रिकदेखील सीमा ओलांडून रोमानियाची नादिया कोमानेच जिम्नॅस्टिक्सच्या कुठल्याही प्रकारात 'परफेक्ट टेन' मिळवणारी पहिली खेळाडू ठरली होती. कोणालाच वाटलं नव्हतं, की रोमानियाची एक १४ वर्षीय चिमुरडी साक्षात ऑलिंपिक्सला 'अजून एक स्पर्धा' मानत अभूतपूर्व अशी कामगिरी करेल! नादिया म्हणते, "I never thought about making history. I was too busy putting my attention into making it."

जणू ही कामगिरी पुरेशी 'ऐतिहासिक' नव्हती, म्हणून त्याच स्पर्धेत तिने अजून एकदा नाही, दोनदा नाही, तब्बल सहा वेळा, म्हणजे एकूण सात वेळा 'परफेक्ट टेन' गुणांची रास ओतली. आत्तापर्यंत बाहुल्या जमवणाऱ्या पोरीला जणू आता ऑलिंपिक पदकं जमवण्याचा छंदच लागला होता. सर्वसाधारण, बीम आणि अनईव्हन बार्स अशी तीन सुवर्ण, एक सांघिक रौप्य आणि फ्लोअर रूटीनमध्ये एक कांस्य अशी पाच पदकं मिळवून नादिया परत घरी आली, ती 'जिम्नॅस्टिक्सची राणी' बनूनच!

रोमानियातल्या ऑनेस्टी शहरात १२ नोव्हेंबर १९६१ रोजी जॉर्ज आणि स्टेफानियाला एक गोंडस मुलगी झाली. स्टेफानियाने तेव्हा बघितलेल्या एका रशियन चित्रपटातल्या नायिकेच्या नावावरून तिचं नाव ठेवण्यात आलं नादिया (म्हणजे आशा - Hope). लहानपणापासूनच पोरीत कमालीची 'एनर्जी' होती. धाकला भाऊ एड्रियन

आणि ती प्रचंड दंगा करायचे. उड्या मारून-मारून घरातल्या कोचाच्या स्प्रिंगा बाहेर आल्या, तेव्हा आईबापानं हिची 'जिरवायला' जवळच्याच एका जिम्नॅस्टिक्सच्या वर्गात घातलं... आणि वयाच्या अवघ्या सहाव्या वर्षी नादियाने आपली पहिली 'कार्टव्हील' केली.

लवकरच बेला कारोलीसारख्या निष्णात प्रशिक्षकाच्या हाताला हा हिरा गवसला. बेला आणि त्याची बायको मार्ता यांनी नादियाच्या कौशल्याला पैलू पाडायला सुरुवात केली. त्या वयात नादिया आठवड्यातले सहा दिवस रोज चार तास सराव करायची. पोरीला कशाचीच भीती म्हणून नव्हती! तिचा 'बॅलन्स' अचाट होता. ४ फूट उंच आणि अवघ्या ४ इंच रुंदीच्या बीमवरून नादिया फेरफटका मारल्यागत चालायची.

वयाच्या सातव्या वर्षी बेलाने तिला राष्ट्रीय ज्युनियर जिम्नॅस्टिक्स स्पर्धेत उतरवलं. स्पर्धेतली सर्वांत छोटी स्पर्धक नादिया तेरावी आली. स्पर्धेनंतर बेलाने आपल्या चिमुकल्या शिष्येला एक छानशी बाहुली दिली आणि सांगितलं, 'यापुढे कधीच तेरावं यायचं नाही हां, बेटा!' आणि पुढच्याच वर्षी बेला कारोलीच्या या आठ वर्षांच्या बाहुलीनं रोमानियन राष्ट्रीय ज्युनियर जिम्नॅस्टिक्स स्पर्धा जिंकली! अर्थातच, हा पराक्रम करणारी नादिया सर्वांत लहान खेळाडू होती. दोनच वर्षांत ती रोमानियाच्या राष्ट्रीय संघात निवडली गेली. दहाव्या वर्षी नादिया युगोस्लावियामध्ये 'फ्रेंडशिप कप मीट' ही आपली पहिली आंतरराष्ट्रीय स्पर्धा खेळली. बल्गेरियाहून ती परत आली, ती दोन सुवर्णपदकं आणि खूप साऱ्या बल्गेरियन बाहुल्या घेऊनच!

युरोपीय स्पर्धेचं खुल्या गटाचं सर्वसाधारण विजेतपद मिळवणारी नादिया सर्वांत छोटी खेळाडू होती. मग मॉन्ट्रियल ऑलिंपिक्समध्ये तिने जो इतिहास घडवला, तो आपण पाहिलाच! साहजिकच, या कामगिरीनंतर नादियावर प्रसिद्धीचा आणि कौतुकाचा वर्षाव झाला. बीबीसी, असोसिएटेड प्रेस, यूपीआय या सगळ्यांनीच तिचा यथोचित गौरव केला. रोमानियन सरकारने तर त्या १४ वर्षांच्या चिमुरडीला 'Hero of Socialist Labor' हा आपला सर्वोच्च नागरी सन्मान दिला! आणि हो! तोपर्यंत तिच्याकडे २००पेक्षा जास्त बाहुल्या जमा झाल्या होत्या.

पण... या कौतुकाच्या वर्षावात न्हाऊन निघतानाच तिच्या वैयक्तिक आयुष्यात मात्र काही वाईट गोष्टी घडल्या. ऑलिंपिक्सनंतर थोड्याच दिवसांत तिच्या आई-वडिलांचा घटस्फोट झाला. हुकूमशाही राजवटीतल्या रोमानियन जिम्नॅस्टिक्स असोसिएशननं तिला बेला कारोलीकडे शिकायला मनाई केली आणि दुसऱ्या प्रशिक्षकाकडे सराव करायला सांगितलं. आई-वडील विभक्त झालेले आणि बापासारखी माया करणारा

प्रशिक्षकही दुरावलेला! 'ऑलिंपिक चॅम्पियन' असली तरी १४ वर्षांची छोटी पोर होती हो ती! घडल्या घटनांनी पोरगी पार खचून गेली... आणि तिने नैराश्याच्या भरात ब्लीच खाल्लं!

तेव्हा नादिया रोमानियाच्या गळ्यातली ताईत होती... रोमानियन जनतेच्या खचलेल्या, पीडित चेहऱ्यांवरची स्मिताची रेषा होती. रोमानियातल्या हुकूमशाही सरकारने तिला पुन्हा कारोलीकडे प्रशिक्षण घ्यायची परवानगी दिली. पण १९७८च्या जागतिक स्पर्धेत प्रेक्षकांना दिसली ती एक बेढब, फुगलेली, सुटलेली नादिया! आपल्या हातखंडा 'अनईव्हन बार्स'वरून ती पडली. परंतु त्यातही बीममध्ये तिने सुवर्णपदक मिळवलंच! १९७९मध्ये तिचं नाव हुकूमशहा निकोल सोसेस्कूच्या मुलाशी जोडलं गेलं. ती प्रसिद्धी, ती लोकप्रियता एक कोवळं आयुष्य खुडत होती. समजायला लागल्यापासून जिम्नॅस्टिक्स आणि फक्त जिम्नॅस्टिक्सवर प्रेम केलेल्या एका कोवळ्या आयुष्याची वाताहत होत होती.

अशा परिस्थितीतही नादियाची मेहनत, सराव आणि प्रशिक्षण सुरूच होतं. सगळी दुःखं, सगळ्या वेदना बाजूला ठेवून एका सच्च्या खेळियाप्रमाणे नादिया पुन्हा जिद्दीनं सरावाला लागली. १९७९च्या युरोपीय चॅम्पियनशिप्समध्ये पूर्णपणे फिट, जिगरबाज आणि यशासाठी आसुसलेल्या नादियाने सलग तिसऱ्यांदा सर्वसाधारण विजेतेपद मिळवून 'न भूतो न भविष्यति' अशी कामगिरी केली. त्याच डिसेंबरच्या जागतिक स्पर्धेत मनगटाला झालेल्या जखमेची पर्वा न करता, डॉक्टरांचे आदेश धुडकावून, हॉस्पिटलमधून पळून जाऊन, नादियाने सांघिक प्रकारात बीमवर ९.९५ची कामगिरी करून रोमानियाला आपलं पहिलं सांघिक सुवर्णपदक मिळवून दिलं.

१९८०च्या मॉस्को ऑलिंपिक्समध्ये तिने दोन सुवर्ण आणि दोन रौप्य पदकं मिळवली. बुखारेस्टच्या स्पर्धेत पाच सुवर्णपदकं कमावून तिने वयाच्या विसाव्या वर्षी जिम्नॅस्टिक्सला थाटातच रामराम ठोकला.

दुर्दैवानं तिच्या कारकिर्दीत रोमानियात हुकूमशाही राजवट आणि अराजक होतं. संधी मिळेल तो देश सोडून पळून जायचा प्रयत्न करत होता. बेला कारोली आणि मार्थानेदेखील देश सोडला आणि ते अमेरिकेला पळून गेले. परंतु नादिया त्यांच्याइतकी नशीबवान नव्हती. ती नुसती प्रसिद्धच नव्हे, तर नॅशनल आयकॉन होती. तिच्यावर सरकारची करडी नजर होती आणि तिचा प्रत्येक फोन कॉल टॅप केला जात होता. आपल्याच देशात ती बंदिवानाचं आयुष्य जगत होती. तिला कुठल्याही पाश्चिमात्य देशांत जायला बंदी घालण्यात आली.

१९८४च्या लॉस एंजलिस ऑलिंपिक्सला जायची तिला परवानगी देण्यात आली; पण तिथेही सरकारची तिच्यावर सतत पाळत होती. मॉस्को आणि क्यूबा सोडून ती कुठेही जाऊ शकत नव्हती. १९८४ ते १९८९ तिने रोमानियन जिम्नॅस्टिक्स संघाची प्रशिक्षक म्हणून काम केलं.

...आणि १९८९मध्ये तिला एक संधी मिळाली. कॉन्स्टन्टाइन पानाइत नावाच्या एका इसमाच्या मदतीनं, फक्त आपल्या धाकट्या भावाला कल्पना देऊन, आपली सगळी दौलत, आपली पदकं मागे ठेवून नादिया– जिम्नॅस्टिक्सची सुवर्णकन्या– एका सामान्य निर्वासितासारखी ऐन मध्यरात्री, कडाक्याच्या थंडीत सहा तास चालत हंगेरीच्या सीमेपर्यंत पोहोचली. तिथल्या अधिकाऱ्यानं तिला ताबडतोब ओळखलं आणि तिला ऑस्ट्रियाच्या सीमेपर्यंत जाण्याची परवानगी दिली. ऑस्ट्रियातल्या अमेरिकन दूतावासातून परवानगी मिळवून ती अमेरिकेत मोकळा श्वास घ्यायला दाखल झाली! न्यूयॉर्कहून ती आली ती आपली कर्मभूमी मॉन्ट्रियलला! नशिबानं जागतिक जिम्नॅस्टिक्समध्ये नादियाचे काही चांगले मित्र होते. बार्ट कॉनर आणि अॅलेक्झँडर स्टेफू यांनी तिला खूप मदत केली. तिला अमेरिकेत आणणारा पानाइत मात्र तिचे पैसे घेऊन पळून गेला.

नंतर नादिया मॉन्ट्रियलमध्येच कॉनर आणि त्याच्या परिवाराबरोबर राहिली. पुन्हा जिम्नॅस्टिक्सच्या सरावाला सुरुवात केली. बार्ट कॉनर अॅकॅडमीमध्ये ती मुलांना जिम्नॅस्टिक्स शिकवू लागली. तिने मॉडेलिंगही केलं. पुढे तिने बार्ट कॉनरशी रोमानियातच लग्न केलं. बुखारेस्टमधला हा लग्नसोहळा राजेशाही थाटात पार पडला.

अरे हो... एक किस्सा सांगायचाच राहिला!

मॉन्ट्रियल ऑलिंपिक्सआधीच्या एका सराव स्पर्धेत नादियाने मुलींचं विजेतेपद मिळवलं. बक्षीस समारंभाच्या वेळी तिथल्या फोटोग्राफरला काय हुक्की आली... त्याने 'जोडा कसा छान दिसेल' म्हणून मुलांच्या विजेत्याला तिच्या गालाचं चुंबन घ्यायला सांगितलं आणि त्यांचा फोटो काढला. त्याला तरी काय कल्पना, की पुढे काही वर्षांनी हे दोघं चर्चमध्ये पाद्र्यासमोर एकमेकांचं चुंबन घेतील! कारण तो मुलांचा विजेता होता बार्ट कॉनर!

नादियाचे *Letters to a Young Gymnast* हे आत्मचरित्र खूप गाजलं. नादिया सध्या अमेरिकेची नागरिक आहे आणि नॉर्मनमध्ये बार्ट कॉनर ॲकॅडमी चालवते. समुपदेशक म्हणून आणि जिम्नॅस्टिक्स स्पर्धांची कामं करते. बऱ्याच सेवाभावी संस्थांशी ती निगडित आहे. आंतरराष्ट्रीय स्पेशल ऑलिंपिक्स फेडरेशनची ती उपाध्यक्ष आहे. जन्मभूमी रोमानियात तिचं खूप चांगलं काम आहे. 'ऑलिंपिक ऑर्डर' हा आंतरराष्ट्रीय ऑलिंपिक कमिटीचा सर्वोच्च सन्मान १९८४ आणि २००४ असा दोन वेळा मिळवणारी ती एकमेव खेळाडू आहे.

आपण नेहमीच सेलिब्रिटीजच्या वैयक्तिक आयुष्याच्या अज्ञात अशा वाईट बाजूंबद्दल बोलतो. परंतु सेलिब्रिटीजदेखील शेवटी माणसंच असतात. काही माणसं परिस्थितीच्या वादळात पणतीसारखी विझून जातात, काही मशालीसारखी तळपतात; तर काही दीपस्तंभासारखी सगळे वादळ-वारे झेलून, सगळ्या संकटांना तोंड देऊन दहा अंगुळे वर उरतात.

नादिया एका दीपस्तंभासारखी सगळ्या संकटांना पुरून उरली. फिनिक्ससारखी राखेतून भरारी घेत पुन्हा तिने जग जिंकलं. जिम्नॅस्टिक्ससारख्या खूप छोटी 'शोकेस लाइफ' असणाऱ्या खेळात तिने असा ठसा उमटवला आणि असा विक्रम नोंदवला, जो कधीच कोणालाच पुसता येणार नाही. कारण जगातली 'पहिली परफेक्ट टेन गर्ल' एकच होती, एकच आहे आणि कालान्तापर्यंत एकच असेल... शब्दशः लिव्हिंग लिजंड असलेली 'नादिया कोमानेच'!

■■■

प्रिय राहुल द्रविड

एकतर तू क्रिकेट खेळत नाहीस हेच पटत नाही बघ. बॅटिंग करताना तू चाळिशीत पोहोचेपर्यंत समोरच्या गोलंदाजांनी हत्यारं म्यान केलेली असायची. सिनेमातल्या डॉक्टरनं 'अब इनको दवा की नहीं दुआ की जरूरत है' सांगितल्यावर नातेवाइकांचे होतात तसे चेहरे करून 'फक्त प्रयत्न करणं आपल्या हातात आहे' असा कर्मयोगी विचार करून बिचारे गोलंदाजी करत राहायचे. कारण ४०+ धावांवर पोहोचलेला राहुल द्रविड म्हणजे दगडावरच्या शेवाळ्यापेक्षा चिकट! मग बॉलर्ससाठी फक्त वाट पाहणे, की कधीतरी हा माणूस चुकेल आणि बाद होईल!

शोएब अख्तरला तू बाद करायला सर्वांत अवघड फलंदाज वाटायचास.

ब्रायन लारा एकदा म्हणाला होता, "माझा जीव वाचवण्यासाठी कोणाला बॅटिंग करावी लागली तर मी राहुल द्रविडला निवडेन."

साक्षात मॅथ्यु हेडन म्हणाला, "हे आजूबाजूला जे थोतांड चालतं त्याला ॲग्रेशन म्हणत नाहीत. तुम्हांला आक्रमकता बघायची आहे? राहुल द्रविडच्या डोळ्यांत बघा!"

सिद्धू म्हणाला, "राहुल द्रविड टीमसाठी काचांच्या तुकड्यांवरूनसुद्धा चालत जाईल!"

क्रिकेटच्या देवाच्या नशिबीसुद्धा असं कौतुक आलं नसेल – You are in the league of your own. 'द वॉल', 'मिस्टर डिपेण्डेबल' वगैरे अभिधानं तुला चिकटली ती उगाच नाही.

लारा, मार्क वॉ, संगकारा यांसारखे अफलातून कलाकार तुझे समकालीन. तुझ्याच संघात सचिन, सौरव, सेहवाग आणि आकर्षक फलंदाजांचा बादशाह लक्ष्मण. आम्हांला 'eye candy' फलंदाज भरपूर होते. पण एखाद्या स्टेजवर ऐश्वर्या, दीपिका, प्रियांका वगैरे सौंदर्यखनींच्या मेळ्यात विद्या बालनच्या डोळ्यांतली चमक उठून दिसावी, तसा या आक्रमक फलंदाजांच्या जमान्यातसुद्धा तुझा भक्कम बचाव उठून दिसायचा. भक्कम बचावातली आक्रमकता आम्हांला दाखवली ती राहुल द्रविडने!

तुझा बचाव म्हणजे अहिंसा नव्हती. त्यात लाखोंच्या पर्शियन फौजेसमोर उभ्या ठाकलेल्या लियोनायडसची हिंमत होती. आक्रमण कितीही आकर्षक असू दे... मजबूत बचावातली खोली त्याला नाही. बायको एरवी कितीही जीन्स टॉप वापरू दे... पण नवरा तिच्या प्रेमात पडतो, तो तिला पाडव्याला नऊवारीत, नाकात नथ आणि निवडकच दागिन्यांत पाहूनच! क्रिकेटचं म्हणून जे काही सौंदर्य, नजाकत, ठहराव आहे ना... तो फक्त तुझ्यामुळे मित्रा!

हिरव्यागार विकेटवर, ढगाळ वातावरणात, आग ओकणाऱ्या वेगवान गोलंदाजापुढे पाय रोवून उभं राहतानाचा तुझा आत्मविश्वास, तुझा डौल, तुझा आब पाहिल्यानंतर कोणाची बिशाद तुला अनाकर्षक म्हणण्याची! क्रिकेटच्या मैदानावर बुद्धिबळाचा डाव मांडणं फक्त आणि फक्त तुलाच शक्य होतं रे! खडतर परिस्थितीचा आमचा 'बेंचमार्क' म्हणजे राहुल द्रविड! 'राहुल द्रविडलासुद्धा खेळता नसतं आलं' अशी परिस्थिती म्हणजे अवघडपणाची शीव सोडून फलंदाज अशक्यपणाच्या हद्दीत शिरला.

वर तुझी विनम्रता... आणि आजकाल फार-फार विरळा दिसणारा गुण म्हणजे निःस्वार्थीपणा! टीमची गरज म्हणून राहुल ओपनिंगला आला... टीमची गरज म्हणून कर्णधार झाला... टीमची गरज म्हणून विकेटकीपर झाला आणि आता तर कोच झाला! बीसीसीआयनं जर का आजवर सर्वांत महत्त्वाचा निर्णय कोणता घेतला असेल तर तुला अंडर १९ संघाचा प्रशिक्षक नेमण्याचा! या पोरांवर क्रिकेटचेच नाही, तर आयुष्यभर साथ देतील असे वागण्याचे संस्कार करायला तुझ्यापेक्षा योग्य माणूस सापडलाच नसता.

तू आम्हांला परफेक्ट टायमिंगनं मारलेल्या स्ट्रेट ड्राइव्ह पलीकडचं सौंदर्य दाखवलंस... षटकार खेचण्याच्या पलीकडची ताकद दाखवलीस... आणि आता आम्हांला दिसतो, तो

पोरांच्या सायन्स एक्झिबिशनला बाकीच्या पालकांबरोबर रांगेत शांत उभा असलेला राहुल द्रविड!

अत्यंत नम्रपणे बंगलोर विद्यापीठाची डॉक्टरेट नाकारताना 'मी ती एक दिवस माझ्या कष्टानं मिळवीन', असं म्हणणारा राहुल द्रविड!

केव्हिन पीटरसनला ईमेलमध्ये स्पिनर्सना खेळण्याचे नुस्खें सांगणारा राहुल द्रविड!

पाकिस्तानी क्रिकेटपटू मुहंमद हाफिजबरोबर हसतमुखानं सेल्फी काढणारा राहुल द्रविड!

मृत्युशय्येवरच्या तरुणाला स्काइपवरून धीरच नाही, तर प्रोत्साहन देणारा राहुल द्रविड!

१९ वर्षांखालील टीमच्या पोरांना पंखांखाली घेणारा राहुल द्रविड!

एक अविस्मरणीय असं ब्रॅडमन ओरेशन देणारा राहुल द्रविड!

याचसाठी, तुझ्या क्रिकेटसाठी आणि क्रिकेटपलीकडच्या तुझ्यासाठी, आमच्यासाठी तू भारताचा सर्वोत्तम क्रिकेटपटू आहेस!

तो, आन दो राहुल द्रविड! आम्ही तुझ्याकडून शिकलो... आमची मुलंही शिकतील!

■■■

ये कौन चित्रकार है!

C - R - U - S - H = CRUSH

ज्या काही थोड्याफार भाषा कळतात / समजतात किंवा आवडतात त्यामध्ये इंग्लिश crush शब्दाला समर्पक समानार्थी शब्दच सापडत नाही हो! आमची मराठी मुळातच रांगडी आणि इरसाल... क्रशच्या नाजूकपणाला इथे जागा कमीच! संस्कृत ही साक्षात देववाणी... तिथे क्रशमधली अगतिकता नाही. हिंदीमध्ये क्रशमधला छिछोरपणा नाही. क्रशसारख्या अर्धवट गोष्टींमध्ये उर्दू इंटरेस्टच घेत नाही. तिथे म्हणजे एकदम 'तबाही का मंजर', 'आग का दर्या है और डूब जाना है' वगैरे मयखान्यातला सीन! पंजाबीत 'मर जावां गुड खा के' असलं तरी क्रशमधलं अव्यक्त राहणं पंजाबीला मंजूर नाही. आपल्या इतर भाषांची परिस्थिती काही फार वेगळी असण्याची अपेक्षा नाही.

थोडक्यात काय; इंग्लिशमध्ये जशी 'ओवाळणे' ही कॉन्सेप्टच नाही, तशी आपल्याकडे 'क्रश' हे प्रकरण नाही. पण आम्हांला इंग्लिश चहा आणि क्रिकेटची सवय लागली, तशी या इंग्लिश crushचीही बाधा झाली. मुळात पिंड पहिलवानीच! तेव्हा आमचे क्रशदेखील भलतेच. 'तीव्र मध्यम', 'कोमल रिषभ आसावरी', 'बिलासखानी तोडी' वगैरे ऐकल्यावर एखाद्या क्लासिकलवाल्याच्या चेहऱ्यावर जशी 'मीठी टीस

सुहानी' उमटते, तशीच काहीशी वेदना आम्हांला ड्रॅग फ्लिक, स्लॅम डंक, इनस्विंग यॉर्कर वगैरे आठवल्यावर होते.

आमचा एक क्रश म्हणजे, साक्षात Poetry in Motion... परिकथेतला राजकुमार!

कितीही महान खेळाडू असो– मुहंमद अली, नादिया कोमानेच, बोल्ट, तेंडुलकर, नदाल, मायकल जॉर्डन, ब्रॅडमन– कोणीही घ्या, त्यांच्याबाबतीत त्यांचं मनुष्यत्व दाखवणारी एखादी तरी गोष्ट असते. पण रॉजर रॉबर्ट फेडरर या विभूतीला कष्ट, अपयश, गरिबी, नैराश्य असल्या गोष्टी शिवत असतील असं वाटतच नाही. 'मधुराधिपतेः अखिलम मधुरम' तसं याचं सगळंच दैवी! जन्मदेखील भूलोकीच्या स्वर्गातला– स्वित्झर्लंडमधला! स्विस जर्मन, जर्मन, इंग्लिश, फ्रेंच, इटालियन, स्वीडिश, आणि मोडकीतोडकी का होईना स्पॅनिश, अशा तब्बल सात भाषा याला येतात. मिर्कावहिनींसारखी गोड, साधी, सालस जोडीदार, जुळ्या मुली आणि जुळी मुलं असं दृष्ट लागण्यासारखं षटकोनी कुटुंब... पैसा, प्रतिष्ठा, प्रसिद्धी याबाबतीत सुखाचे सगळे चेक बॉक्सेस टिक झाल्यासारखे दिसतात.

या सगळ्या 'पिक्चर पर्फेक्ट' चित्रातला सगळ्यांत महत्त्वाचा पैलू म्हणजे त्याची खेळातली सहजता. टेनिससारखा वेगवान, ताकदीचा, ॲथलेटिक खेळसुद्धा याच्यासमोर सोपा होतो की काय, अशी शंका येते. इतर लोक कोर्ट 'कव्हर' करतात; हा कोर्टवर विहरत असतो. बाकीचे जीव तोडून धावतात; याचा रथ pre-नरो वा कुंजरो वा धर्मराजासारखा जमिनीच्या वरून दोन अंगुळे फिरत असतो. बाकीचे दातओठ खाऊन पूर्ण ताकदीनिशी बॉलवर तुटून पडतात; हा चित्रकारानं कॅनव्हासवर ब्रश फिरवावा तसा रॅकेट फिरवतो. इतर खेळाडू यशाच्या उन्मादात, अपयशाच्या नैराश्यात गर्जना करतात, ओरडतात; हा यशात उजवी मूठ दोन वेळा हलवणं आणि अपयशात दोन्ही हात कमरेवर ठेवणं यापलीकडे काही जात नाही.

जमाना हुस्न नजाकत बला जफा शोखी।
सिमट के आ गए सब आपकी अदाओं में।।

असं म्हणावंसं वाटावं इतकं आकर्षक टेनिस... आणि त्यात त्याचा तो सिंगल हँडेड बॅकहँड. C - R - U - S - H = CRUSH.

एकतर आता टेनिस इतका आक्रमक आणि ताकदीचा खेळ झाला आहे, की सिंगल हँडेड बॅकहँड म्हणजे सोज्वळ वेषात सनी लिओनी दिसण्याइतकं दुर्मीळ झालं आहे. हा मुळातच अतिशय मॅजेस्टिक– राजेशाही फटका! महाभारतात ब्रह्मास्त्र जसं

निवडकच योद्ध्यांना अवगत होतं, तसं हा फटका भात्यात असणारे वीर खूप कमी... आणि मॅजेस्टिक गोष्टीवर फेडररपेक्षा जास्त अधिकार कोणाचा असणार? त्यात फेडररच्या बॅकहँडमधली सहजता, तो मूर्तिमंत डौल, ती ग्रेस, ते राजसी व्यक्तिमत्त्व, तो ठहराव, म्हणजे एखादी कसलेली कथक नृत्यांगना अवघड आवर्तन पूर्ण करून सहजपणे समेवर यावी तसा अपार नेत्रसुख देऊन जातो. असं म्हणतात की, simplicity is the ultimate sophistication. एखादा चित्रकार विनासायास कॅनव्हासवर फराटे मारतोय असं वाटावं; पण त्या सहजपणातून एखादं अप्रतिम, नयनरम्य चित्र तयार व्हावं. बघणाऱ्याला मात्र त्या सहजतेमागची तपश्चर्या, अविश्रांत मेहनत, त्याग, अथक कष्टांनी मिळवलेलं ज्ञान, अपरंपार कष्ट, यातलं काहीच दिसू नये. त्याला दिसावी फक्त सहजता!

काही गोष्टींचा कार्यकारणभाव शोधण्यात अर्थ नसतो. लताबाईंच्या आवाजाचं विश्लेषण करायचं नसतं. फक्त त्या स्वर्गीय सुखाचा अनुभव घ्यायचा असतो. फेडररच्या त्या सिंगल हँडेड बॅकहँडमागच्या मनगटातली प्रचंड ताकद, ऐन क्षणी केलेला ग्रिपचा बदल, रॅकेटचा साधलेला परफेक्ट अँगल, महत्प्रयासाने साधलेलं फटक्यावरचं नियंत्रण, अचूक दिशा, या साऱ्या गणिती गोष्टींची जाणीवही न होणं; आणि तो फटका अतिशय साधा-सरळ-सोपा वाटणं, यातच त्या कलाकाराच्या कलेचं यश! त्या फटक्याची उपयोगिता, परिणामकारकता, सयुक्तिकता, अचूकता वगैरे प्रकार तिथे गौण ठरतात. आपण फक्त त्या सहजतेवर लुब्ध व्हायचं आणि म्हणायचं, 'ये कौन चित्रकार है!'

■■■

मोठी तिची सावली

तीरगी की अपनी ज़िद है, जुगनुओं की अपनी ज़िद।
ठोकरों की अपनी ज़िद है, हौसलों की अपनी ज़िद।।

- प्रबुद्ध सौरभ

महान व्यक्तीला चांगल्या व्यक्तीपासून वेगळं करणारा हा एकमेव गुण - ज़िद! एखादी गोष्ट मिळवण्यासाठीचा हट्टीपणा... यश मिळत नाही तोपर्यंत प्रयत्न करण्याचा चिवटपणा... यश मिळवण्यासाठी वाटेल ते आव्हान स्वीकारण्याचं धाडस! महान लोकांची एक जमात असते, ती संकटांच्या नजरेला नजर भिडवून त्याच्याशी दोन हात करणाऱ्यांची; पण काही लोक तर त्याही पुढे जाऊन आव्हानांसमोर, संकटांसमोर धैर्यानं सोडा; उलट उर्मटपणानं, माजात उभी राहतात. आणि त्यामागे केवळ त्यांची बेफिकिरी नसते, तर असतो त्यांचा प्रचंड आत्मविश्वास!

त्रिपुरासारख्या मागास राज्यातून आलेली... मग काय झालं?

मुलगी असून स्पोर्ट्समध्ये?... मग काय झालं?

जिम्नॅस्टिक्सला भारतात कोणी विचारतं का?... मग काय झालं?

फ्लोअर एक्सरसाइजचं मॅट असमान आहे... मग काय झालं?

अनइव्हन बारच्या मधलं अंतर स्टँडर्ड ८० सेंमी नाहीये... मग काय झालं?

व्हॉल्टिंग टेबलच्या जागी कोचच्या स्कूटरचं मागचं सीट वापरावं लागतंय... मग काय झालं?

आणि अंगावर काटा आणणारं म्हणजे,

प्रोडुनोव्हा व्हॉल्टला व्हॉल्ट ऑफ डेथ म्हणतात... जीवही जाऊ शकतो... मग काय झालं?

मूर्तिमंत जिद्द, हट्टीपणा आणि धैर्य म्हणजे, ४ फूट ११ इंच उंचीची, मोठ्या सावलीची लहान बाहुली... दीपा दुलाल कर्माकर!

अडचणींचा सामना करणं सोडा; त्यांना भीकच घालायची नाही हा काय दर्जाचा उर्मटपणा म्हणायचा? कुठल्या मुशीतून ही बाहुली घडली आहे हे तिचा कर्ताच जाणे. वयाच्या चौदाव्या वर्षी 'तुम्ही माझ्याकडून नीट प्रॅक्टिस करून घेत नाही' म्हणून आपल्या प्रशिक्षकालाच फैलावर धरणारी दीपा २००७च्या ज्युनियर राष्ट्रीय स्पर्धेत तीन सुवर्ण आणि दोन रौप्यपदकं जिंकली. २०११च्या सीनियर नॅशनल्समध्ये तब्बल पाच सुवर्णपदकं मिळवून निर्विवादपणे भारताची सर्वोत्तम जिम्नॅस्ट ठरली.

कॉमनवेल्थ खेळांमध्ये (२०१४) ब्राँझ जिंकणारी दीपा पहिली भारतीय महिला जिम्नॅस्ट होती. एशियन गेम्सला चौथी आली आणि त्याच वर्षी हिरोशिमा एशियन चॅम्पियनशिप्समध्ये तिने पुन्हा ब्राँझ जिंकलं. २०१५च्या वर्ल्ड चॅम्पियनशिप्समध्ये पात्र ठरणारी पहिली भारतीय ठरलेली दीपा पाचवी आली.

रिओ ऑलिंपिक्सच्या (२०१६) पात्रता फेरीत ती राखीव खेळाडू होती. २४ खेळाडू पात्र ठरलेले आणि दीपा सव्वीसावी. पण मार्चमध्ये कळलं की, एका रशियन आणि एका कोरियन जिम्नॅस्टने माघार घेतल्यामुळे तिला रिओसाठी टेस्ट देण्याची संधी होती. आता तर ही मूर्तिमंत जिद्द इरेलाच पेटली. २३ दिवस आगरतळाच्या गैरसोयींकडे सोयिस्कररीत्या दुर्लक्ष करत रात्रीचा दिवस करून तिने मेहनत घेतली आणि टेस्टसाठी रिओत दाखल झाली. तिथे ती केवळ क्वालिफाय झाली असं नाही, तर २४ जिम्नॅस्टमध्ये सातवी आली.

सात ऑगस्ट २०१६ रोजी खुद्द ऑलिंपिक्सच्या पहिल्या फेरीत ती आठव्या क्रमांकावर अंतिम फेरीसाठी पात्र ठरली... आणि १४ ऑगस्ट २०१६ रोजी रिओ-दि-जानेरोमध्ये घडला तो इतिहास!

रिओमध्ये अजूनही भारताचं पदकांचं खातं उघडलं नव्हतं. आपले शूटर्स, बॉक्सर्स, कुस्तिगीर, बॅडमिंटनपटू अशा सगळ्यांनाच ते ऑलिंपिक पदक हुलकावणी देत होतं. आपली मदार होती आपल्या मुलींवर– पी.व्ही. सिंधू, साक्षी मलिक आणि ऑलिंपिक्समध्ये खेळणारी पहिली भारतीय जिम्नॅस्ट दीपा कर्माकर! १४ ऑगस्टच्या रात्री पूर्ण भारत जागा होता... कुठल्या क्रिकेटपटूसाठी नाही, तर जिम्नॅस्टिक्ससारख्या खेळात भारताचा तिरंगा फडकवणाऱ्या दीपासाठी! 'अभी नहीं तो कभी नहीं' म्हणत दीपाने जीवघेण्या प्रोडुनोव्हा व्हॉल्टलाला हात घातला. प्रोडुनोव्हा... दीपाच्या आधी मोजून चार जिम्नॅस्टनी यशस्वी केलेला एक अत्यंत थरारक व्हॉल्ट!... ६.४चा डिफिकल्टी स्कोअर असलेला अत्यंत अवघड, धोकादायक आणि जोखमीचा प्रकार!

पूर्ण देश श्वास रोखून बघत होता... देशाला जिम्नॅस्टिक्समधलं पहिलं ऑलिंपिक मेडल मिळवून देण्यासाठी जीव धोक्यात घालून दीपाने व्हॉल्टिंग टेबलकडे धाव घेतली. अक्षरशः जिवावर उदार होऊन तिने प्रोडुनोव्हा यशस्वीपणे पूर्ण केला. थोडे गुण लेग स्विंगमध्ये गेले... थोडे डीप लँडिंग झाल्यामुळे! तिचं ऑलिंपिक पदक अवघ्या ०.१५ गुणांनी हुकलं! ज्यासाठी आजवर रक्त आटवलं होतं ते स्वप्न थोडक्यासाठी अपूर्ण राहिलं होतं. दीपा जवळपास पाऊणएक तास धाय मोकलून रडली... आणि मग कोच बिश्वेश्वर नंदी यांना म्हणाली, ''मला भूक लागलीय... मॅक्डोनल्ड्समध्ये जाऊ या?''

इथे अवघा भारत... आणि भारतच का; जिम्नॅस्टिक्सचा अजिबात इतिहास नसताना भारतासारख्या सोयी-सुविधा, मार्गदर्शन आणि त्याहीपेक्षा जिम्नॅस्टिक्सचं बिलकूल आकर्षण नसलेल्या देशातल्या एका उगवत्या तारकेकडे खूप आशेनं डोळे

लावून बसलेला जगातला प्रत्येक क्रीडारसिक हळहळला. तिचं पदक हे कित्येक देशांमधल्या कित्येक मुला-मुलींना अपार प्रेरणा देऊन गेलं असतं.

पण, अपयशाला भीक घालेल तर ती दीपा कर्माकर कुठली? तिने या अपयशाला पुन्हा तोच प्रश्न विचारला, जी ती कायमच अडचणींना आणि प्रतिकूल परिस्थितीला विचारत आली आहे... मग काय झालं?

आणि भारतीय मुलीनं ऑलिंपिक्स जिम्नॅस्टिक्समध्ये चौथं येणं हे अपयश थोडीच होतं? आज भारतातली कित्येक चिमुरडी मुलं-मुली एक दिवस दीपा कर्माकरसारखं व्हायचं स्वप्न बघायला लागली असतील, हे यश कुठल्याही मेडलपेक्षा कितीतरी मोठं आहे.

दीपा आज २९ वर्षांची आहे. आंतरराष्ट्रीय जिम्नॅस्टिक्समध्ये जिथे मुलींची जेमतेम पाच-सहा वर्षांची कारकिर्द वयाच्या १८-१९व्या वर्षी संपते, तिथे २९व्या वर्षीसुद्धा त्याच जिद्दीनं मेहनत करणं बाकी लोकांसाठी अद्‌भुत, असामान्य, अशक्य गोष्ट असेल. पण... आमच्या दीपासाठी एक साधा-सोपा प्रश्न आहे... मग काय झालं?

■■■

आँखों की गहराइयाँ

इश्क़ पर ज़ोर नहीं है ये वो आतिश 'ग़ालिब' कि लगाए न लगे और बुझाए न बने।

म्हणजे नक्की काय? हे खरंतर आपल्यातल्या निम्म्याहून जास्त लोकांना कळलेलं नसतं. काही लोक तर हा शेर ऐकून 'थ्री इडियट्स'मधल्या प्रोफेसरसारखा 'अरे, कहना क्या चाहते हो?' असा चेहरादेखील करतात. पण एक तर 'ग़ालिब' आहे आणि इश्कसुद्धा आहे, म्हणजेच काहीतरी जोरदार काम असणार इतकं आपल्याला कळतंच की! ऐकायला भारी वाटतंय, 'दिल से'मधली काळ्या-पांढऱ्या कपड्यांत नाचणारी मनीषा कोईराला आठवते... वाईट काय त्यात? चांगलंच आहे की!

आणि कळत अथवा झेपत नसलेल्या गोष्टी आवडू नयेत असं थोडंच आहे? आता नाही आम्हांला चेसमधलं काही कळत; पण म्हणून बुद्धिबळ आवडू नये असं थोडंच आहे? लोकं तासन्तास एका जागी बसून, चौकोनी चेहरे करून, त्या बोर्डावर नक्की काय गडबड करतात ते बघावंच एकदा, म्हणून त्या ६४ घरांच्या खेळाबद्दल कुतूहल निर्माण झालं... आणि वेगवेगळ्या मोहऱ्यांच्या चाली कळेपर्यंत मजल गेली. त्यात लहानपणी 'सकाळ'मध्ये रघुनंदन गोखले अतिशय मनोरंजक समीक्षा लिहायचे –

'कामस्कीच्या रे लोपेझला कार्पोवनी क्वीन्स गॅम्बिटचं चोख प्रत्युत्तर दिलं.'

'स्पास्कीने कारो-कानची भक्कम तटबंदी उभारली.'

'गेलफंडने डाव्या फळीतून घुसून पांढऱ्या मोहऱ्यांची कत्तल करायला सुरुवात केली.'

असलं जबरदस्त वर्णन वाचून त्या पटावर खरोखरचं युद्ध सुरू असल्याचा भास व्हायचा. सिसिलियन डिफेन्स, किंग्ज इंडियन डिफेन्स, तोर्रे अॅटॅक, नाजदॉर्फ इंग्लिश अॅटॅक वगैरे नावं ऐकायला जाम भारी वाटायची.

याच वर्णनात वाहवत जाऊन कॉलेजमध्ये असताना आमच्या सुई, ताऱ्या, गिगो वगैरे मित्रमंडळींना त्यांच्या मॅचेसच्या वेळी 'चिअर' करायला गेलो... आणि दलेर मेहंदीची कॉन्सर्ट समजून जावं आणि धृपद गायनाची मैफल निघावी तसं झालं. छ्या! इतकं गांभीर्य आपल्याला नाही झेपत. पुन्हा इतका वेळ विचार करायचा? वर त्याला विरंगुळा, खेळ म्हणायचं? इथे आपला अटेंशन स्पॅन इंजिनिअरिंगच्या परीक्षेत कधी १० मिनिटांवर गेला नाही. तेवीस मिनिटांपेक्षा जास्त बूड एका जागी टिकत नाही हे उमगलं, तसा पौगंडावस्थेतील बहुतेक प्रेमप्रकरणांसारखा आमच्या या क्रशचादेखील चक्काचूर झाला. 'ज्याला राजा अॅक्चुअली मरण्यापूर्वीच तो मरणार हे कळतं... आणि जो आपला राजा आडवा करून शरणागती पत्करतो, तो भारी चेस प्लेअर' असा एक सोपा समज करून घेऊन आम्ही बुद्धिबळाला अलविदा केला.

बुद्धिबळाशी सूत जमवण्याची शक्यता नाहीशी झाली तरी तोपर्यंत एक नाव, हा क्रश निदान आठवणीत कायम राहील याची खात्री देत होतं– विश्वनाथन आनंद!

भारताचा सर्वांत तरुण 'इंटरनॅशनल मास्टर' आणि पहिलावहिला 'ग्रँडमास्टर'... साक्षात कार्पोव, कास्पारोव, कामस्की, क्रामनिक, मायकल अॅडम्स, टोपालोव यांसारख्या दिग्गजांच्या नजरेला नजर आणि बुद्धीला बुद्धी भिडवणारा 'आपला' माणूस! दीड हजार वर्षांपूर्वी त्याच्याच परिसरातून एका महान दार्शनिकांनी आसेतु हिमाचल फिरून सनातन धर्माची भारताला पुन्हा ओळख करून दिली होती. तद्वतच हिंदुस्थानात जन्मलेल्या खेळाची हिंदुस्थानला पुन्हा ओळख करून दिली... ते स्फुल्लिंग पुन्हा चेतवलं ते विश्वनाथन आनंदने!

आनंदने भारतात बुद्धिबळाचा एका अर्थी जागर केला. कँडिडेट्स टूर्नामेंट, FIDE सायकल, PCA वर्ल्ड चेस चॅम्पियनशिप, FIDE वर्ल्ड चेस चॅम्पियनशिप... आनंद एकापाठोपाठ एक शिखरं पादाक्रांत करत गेला. काल मनिलामध्ये काय झालं? लिनारेसला माहौल कसा असेल? यंदा विज्क आन झी कधी? डॉर्टमंडचा ड्रॉ कसा

लागतोय? अशी उत्सुकता पहिल्यांदा जागवली ती आनंदने... भारतीय खेळात भारताचा झेंडा जगभर फडकवत ठेवला तो आनंदने!

रॅपिड चेसचा बादशाह, तब्बल सात वर्षं FIDEचा विश्वविजेता, पद्मभूषण पुरस्कार दिला जाणारा पहिला खेळाडू; आणि सर्वांत महत्त्वाचं म्हणजे, अगणित मुला-मुलींना बुद्धिबळाचं वेड लावणारा स्फूर्तिस्तंभ– विश्वनाथन आनंद!

आनंद १९८७मध्ये ग्रँडमास्टर झाल्यावर दिव्येंदू बरुआ, प्रवीण ठिपसे, शशिकिरण कृष्णन, हरिकृष्णा, कोनेरू हंपी असा भारतीय ग्रँडमास्टर्सचा जो धडाका सुरू झाला, तो या वर्षी १४ वर्षांच्या लिऑन मेंडोन्सापर्यंत सुरू आहे. गेल्या ३४ वर्षांत भारताने जगाला ६७ ग्रँडमास्टर्स दिले आहेत आणि याची मुहूर्तमेढ रोवली ती विश्वनाथन आनंदने!

त्याहीपेक्षा मोठी गोष्ट त्याने केली. ती म्हणजे, आमच्या क्रिकेटप्रेमात आंधळ्या झालेल्या देशाला एक वेगळा हिरो दिला. बुद्धिमान असण्याला– अभ्यासू / घासू असण्याला, स्कॉलर असण्याला ग्लॅमर दिलं! बुद्धिबळपटूंच्या चार-पाच पिढ्या आनंदला बघत, त्याच्याशी एक दिवस खेळण्याचं स्वप्न उराशी घेऊन मोठ्या झाल्या आहेत. हा त्याच्या प्रदीर्घ कारकिर्दीला भारतानं केलेला सलाम आहे.

बुद्धिबळ हा अत्यंत क्लिष्ट, कठीण आणि चिकाटीचा, अंत पाहणारा खेळ आहे. भारताच्या बौद्धिक संपदेला यापेक्षा तगडं आव्हान ते कोणतं? अखिल भारतीय बुद्धिबळ महासंघ (All India Chess Federation) या संस्थेच्या कॅलेंडरवर वर्षभरात तब्बल ९२ अधिकृत स्पर्धा आहेत आणि त्यांना स्पर्धकांचा उदंड प्रतिसाद मिळतो आहे, यात कुठेतरी सिंहाचा वाटा चेन्नईच्या या कलंदराचा आहे.

'एक दूजे के लिए' आठवतोय? एकमेकांची भाषा कळत नसताना वासू आणि सपना आकंठ प्रेमात बुडतात. विश्वनाथन आनंदवर क्रश व्हायला बुद्धिबळ कशाला कळायला पाहिजे? आपण तर पांढरा पहिली मूव्ह करतानाच्या त्याच्या चेहऱ्यावर दिसणाऱ्या समुद्राच्या गांभीर्याच्या आणि नजरेतल्या अस्मानी खोलीच्या प्रेमात आहोत.

समुद्राची खोली कळण्यासाठी स्कुबा डाइव्ह करण्याची गरज नसते. त्याच्या धीरगंभीर गाजेवरूनच तिचा अंदाज येतो. अगदी तसेच बुद्धिबळाची क्लिष्टता कळण्यासाठी तो खेळण्याची गरज नसते. विश्वनाथन आनंदच्या डोळ्यांतलं गहन गांभीर्य पुरेसं असतं.

■■■

क्रिकेटची 'आवाज की दुनिया'

इयम आकाशवाणी। संप्रतिवार्ताः श्रुयन्ताम। प्रवाचकः बलदेवानन्द सागरः।

''ऊठ बाळा... सहा वाजून गेले बघ!''

एऽऽऽआघाडा, दुर्वा, फुलैऽऽऽय्यो...

सकाळची ६ वाजून १६ मिनिटं झालेली आहेत... आता ऐकू या 'उत्तम शेती' या सदरात उसावर पडणाऱ्या तांबेरा रोगाच्या उपायांची माहिती...

''कार्ट्या, ऊठ! नाहीतर शाळेला उशीर होईल.''

''पाचच मिनिटं ग, आई!''

यानंतर... र. ना. पराडकर यांच्या आवाजात कवी सुधांशु यांची रचना...

''आता उठला नाहीस ना, तर डोक्यावर गार पाणी ओतीन हा...''

आकाशवाणी पुणे, सुधा नरवणे प्रादेशिक बातम्या देत आहेत...आजच्या ठळक बातम्या...

बालपणीची कैक वर्षं पहाटेच्या या वाक्यांचा सिक्वेन्स कधी चुकला नाही. मला तर अजूनही कित्येक वेळा पहाटे जाग येताना ही वाक्यं ऐकू येतात. पण या वाक्यांमध्ये कधीतरी कडक उन्हाळ्यात गार वाऱ्याची सुखद झुळुक यावी तसा आवाज यायचा...

इन खम्स खपिल डेव फ्रॉम द पॅडिंग्टन एंड... शॉर्ट ऑफ लेन्थ आउटसाईड ऑफ. दॅट हॅज बीन अ गुड खन्सिस्ठंठ लाइन बाय खपिल.

कधी उठायला फारच उशीर झाला तर एक गेंगाण्या आवाजाचं ओरडणं...

गॉठीऽऽठीम...व्हॉट ए रिपर! इंडिया हॅव गॉट द ब्रेकथ्रू दे नीडेड.

कानात अजून वाजतात ते आवाज. डिसेंबरच्या थंडीत दुलईत गुरफटून किलकिल्या डोळ्यांनी चॅनल नाईनचं ते कमाल प्रक्षेपण आधी कानांनी आणि मग डोळ्यांनी अनुभवणं. बॅट्समन गार्ड घेताना त्याच्या बुटांच्या आवाजाची खरखर त्या अर्धवट झोपेतसुद्धा स्पष्ट ऐकू यायची... आणि ऐकू यायचं ते क्रिकेट कॉमेंटरीच्या दैवतांच्या आवाजातलं केवळ अविस्मरणीय समालोचन!

एखादं गाणं ज्याप्रमाणे फक्त गायकाचं नाही, तर गीतकार, संगीतकार, अरेंजर, वादक, रेकॉर्डिस्ट या सगळ्यांचं असतं; तसंच क्रिकेट हा फक्त खेळाडूंचा नाही, तर अम्पायर्स, स्कोअरर्स, ग्राउंडस्टाफ, सपोर्ट स्टाफ या सगळ्यांचा खेळ असतो... आणि मैदानावरच्या घडामोडी फक्त माहितीपूर्ण नाही, तर रंजक करून आपल्यापर्यंत पोहोचवणाऱ्या कॉमेंटेटर्सबद्दल तर क्या कहने!

लहानपणी दूरदर्शनवर सोमवारी संध्याकाळी साडेसहा वाजता लागणाऱ्या 'क्रीडांगण'मधल्या चंद्रशेखर संत आणि वि. वि. करमरकरांपासून ते क्रिकेट कॉमेंटरीचा लिजंड रिची बेनॉपर्यंत कितीतरी लोकांनी आमची 'आवाज की दुनिया' समृद्ध केली.

मिलिंद वागळ्यांचा आवाज पुणे मॅरेथॉन आणि 'पारा'च्या मोटोक्रॉस स्पर्धेच्या वेळी हमखास ऐकू यायचा. एरवी दूरदर्शनवरची क्रिकेट कॉमेंटरी म्हणजे डॉ. नरोत्तम पुरी हे समीकरण होतं. अतिशय मृदुभाषी आणि 'चार्मिंग' व्यक्तिमत्त्व! तेव्हा फारसं कळायचं नाही, पण नरोत्तम पुरींइतकं अजून कोणीच लक्षात राहिलं नाही.

कधी-कधी टीव्हीवरची कॉमेंटरी इतकी रटाळ असायची, की टीव्हीचा गळा आवळून आम्ही रेडिओ लावून ऐकायचो. रेडिओवरची नावं आठवतात ती म्हणजे, सुशील दोशी, रवी चतुर्वेदी आणि आकाश लाल!

'नमश्कार, कानपुर के ग्रीन पार्क इस्टेडियम से मैं रवी चतुर्वेदी... ' वगैरे वगैरे सुरू झालं की खरोखरच तिथला 'धूप खिली हुई और दर्शकों में उत्साह' अक्षरशः डोळ्यांसमोर उभा राहायचा. '... अगली गेंद...ऑफइस्टंप के बाहर... थोऽऽडीसी

ओवरपिच... और वेंगसरकरने बहोऽऽऽतही उमदा तरीके से ये खेल दिया है कव्हर्स क्षेत्र मेंसेचार्रर्रर्ररन...' हा प्रकार केवळ लाजवाब! एकतर या रेडिओ समालोचकांची शब्दसंपदा अगाध असायची. क्रिकेटच्या टर्म्स सोडल्या तर इंग्लिश शब्दांचा वापर फार कमी असायचा. सगळा असली देसी घी वाला मामला!

एकदा तर चतुर्वेदीसाहेब सिद्धूने सिक्सर मारल्यावर '... ये छे रन और दर्शक आंदोलित' असं ओरडले होते. मज बालकाला नंतर बरीच वर्षं लोक कसली-कसली आंदोलनं वगैरे करतात, म्हणजे एकत्र येऊन टाळ्या - शिट्ट्या मारत घोषणा देतात आणि एकंदर कल्ला करतात, असंच वाटत होतं. दोन बॅट्समन 'विकेट के बीच में विचार विमर्श और वार्तालाप करते हुए' ऐकल्यावर माझ्या डोळ्यांसमोर दोघं जण हेल्मेट, पॅड वगैरे घालून स्मिता तळवलकर आणि चारुशीला पटवर्धन स्टाइलमध्ये कागद वगैरे हातात घेऊन गंभीर डिस्कशन करताहेत, असं चित्र उभं राहिलं होतं. पण, रेडिओ कॉमेंटेटर्स मैदानावरच्या घडामोडी जिवंत करायचे हे नक्की!

टीव्हीवरचं क्रिकेट म्हणजे 'चॅनल नाइन' हे अतूट समीकरण होतं... आणि चॅनल नाइन - रिची बेनॉ हे अजून अतूट नातं.

'ग्लोऽऽऽऽऽरियश शनशाईन हीर ॲठ दि गॅबा ठुडे... ॲंड वी आर इन फॉर शम फँठॅश्टिक डेज ख्रिखेट' हे शब्द अजून माझ्या कानांत आहेत.

बेनॉ म्हणजे बोलण्यात अगदी योग्य चढावउतार, मोजूनमापून वापरलेले शब्द आणि चक्क 'बोबडेपणा'! बेनॉ हे एक वेगळंच रसायन होतं. म्हणतात ना, 'झाले बहु, होतील बहु'... अगदी त्यातला प्रकार. बाकी काही म्हणा राव... कॉमेंटरी करावी तर ऑस्ट्रेलियन्सनी! एक तर ऑस्ट्रेलियातल्या मॅचेसच्या वेळचा आपल्याकडचा माहौलच वेगळा असतो. ती थंडी... अर्धवट झोपेची ग्लानी... पहाटे उठल्या-उठल्या क्रिकेटचा आस्वाद घेणं. त्यात त्यांची अफलातून मैदानं... ते रंगीत कपडे... ते सुंदर-सुंदर प्रेक्षक... आणि या सगळ्यांवर कडी म्हणजे त्यांचे कॉमेंटेटर्स! त्यांचा ॲक्सेंट ऐकायला मी क्रिती सेननबरोबरची माझी 'डेट' कॅन्सल करेन! विशेषतः 'एकारान्त' शब्दांचा 'आय' असा जो उच्चार करतात ना... जियो! 'टुडे'चं 'ठुडाय'...'ऑस्ट्रायलिया'... 'गेम'चं 'गायम'...'मॅक्ग्रा'चं 'मक्ग्रार'... असं काय-काय करतात ना... अहाहा! माझं 'स्पोकन इंग्लिश' चाटे क्लासेसला न जातादेखील चांगलं झालं ते यांच्यामुळेच!

बेनॉचं नमन झालं की मी वाट बघायचो माझ्या सर्वांत आवडत्या कॉमेंटेटरची... द व्हॉईस ऑफ MCG बिल लॉरी! नाकातला गेंगाणा आवाज... पुन्हा तो ऑस्ट्रेलियन ॲक्सेंट... टीव्ही प्रेक्षकांत एक्साइटमेंट निर्माण करण्याची प्रचंड ताकद...

एक्सक्लेमेशन्स... 'गॉठिम'... 'गॉऽऽऽऽऽऽन'... नुसतं 'ohhhhhhh' पण तितकंच उत्कंठा निर्माण करणारं!

त्यांच्या जोडीला फेसाळत्या बियरसारखा उत्साहानं सळसळणाऱ्या आवाजाचा टोनी ग्रेग आणि खवचट कॉमेंटेटर्सचा मेरुमणी इयन चॅपल. टोनी ग्रेगने आपल्या शब्दांनी आणि अजोड शैलीनं क्रिकेटर्सना– विशेषतः सचिन तेंडुलकरला नुसत्या हिरोच्या पलीकडे 'लार्जर दॅन लाईफ' बनवलं. जर का Over the top she goes... That's a biggie... What a player... What a wonderful player... ही वाक्यं नसती तर कदाचित सच्याच्या डेझर्ट स्टॉर्मची लज्जत तितकी राहिली नसती. त्याची 'Ooooo up she goes into the crowd' म्हणतानाची एनर्जी कोण विसरेल? ग्रेगने क्रिकेटमधलं नाट्य नुसतं प्रेक्षकांसमोर मांडलं नाही, तर त्याने क्रिकेट कॉमेंटरी एक्सायटिंग केली. क्रिकेटपटू त्याचे लाडाचे विद्यार्थी असल्यासारखा त्यांचं तो कौतुक करायचा.

... आणि त्याच्या बरोबर विरुद्ध इयन चॅपल! संजय मांजरेकर, रमीझ राजा, रणजीत फर्नांडो हे त्याचेच विद्यार्थी. यांच्याकडून कोणाचं दिलखुलास कौतुक ऐकणं म्हणजे राजदीप सरदेसाईकडून मोदींचं कौतुक ऐकण्याइतकं दुरपास्त. त्यात कोणाचं जरा कुठे बरं चाललं असलं की यांनी 'One wicket here and Australia can get right back in the game' म्हणायलाच पाहिजे... आणि असं म्हटलं रे म्हटलं, की आमचा सेट बॅट्समन मिडऑफला कॅच देणार! अशा वेळी या कॉमेंटेटर्सचा भयंकर राग यायचा. पण जेवणात तरी सगळेच पदार्थ गोड असून कसं चालेल? काहीतरी आंबट - तुरट लागतंच की!

'मूछें हो तो नथ्थूलाल जैसी हो वरना ना हो', तसं 'पिच रिपोर्ट हो तो मायकल होल्डिंग जैसा हो वरना ना हो'. होल्डिंगचा रनअप जितका प्रेक्षणीय तितकाच त्याचा कॅरिबियन ॲक्सेंट श्रवणीय! बाऊन्स या शब्दाचा उच्चार मायकल होल्डिंग जसा करायचा तसा आधी कोणी केला नाही आणि पुढे कोणी करणार नाही. तसाच बॉयकॉटचा टिपिकल यॉर्कशायर ॲक्सेंट... खऊट इंग्रज म्हाताऱ्यांबद्दल प्रेम निर्माण करायला लावणारा!

प्रत्येक कॉमेंटेटर आपलं वैशिष्ट्य घेऊन येतो. गावसकरचं सडेतोड बोलणं आणि क्रिटीकल अक्लेम... रवी शास्त्रीचं 'that went like a tracer bullet'... डॅनी मॉरिसनची टीपेच्या स्वरातली कॉमेंटरी... मार्क निकोलसचा वेगळा अंदाज... मंदिरा बेदीचे किंवा आताशा मयंती लँगरचे ड्रेसेस... प्रत्येकाची आपली वैशिष्ट्यं; पण

आमच्या बिल लॉरीची किंवा फॉर दॅट मॅटर मार्क टेलरची सर यांना नाही. एखाद्या गायक-गायिकेचा गळा 'प्लेबॅक'चा आहे म्हणतात ना... तसा बेनॉ, टोनी ग्रेग, बिल लॉरी, मार्क टेलर, मायकल होल्डिंग, न्यूझीलंडचा इयन स्मिथ, आताचा नासिर हुसेन यांचा गळा 'कॉमेंटरी'चा होता! त्यातून ही सगळी मंडळी कित्येक वर्षं स्वतः आंतरराष्ट्रीय क्रिकेट खेळलेली, त्यामुळे त्यांना नुसता समालोचनाचा नाही, तर समीक्षेचाही अधिकार!

पण... स्वतः आंतरराष्ट्रीय क्रिकेटपटू नसतानासुद्धा प्रत्येकाच्या आवडत्या कॉमेंटेटर्सच्या यादीत हमखास असणारा आमचा आवडता समालोचक हर्षा भोगले. रिची बेनॉ हा 'व्हॉइस ऑफ क्रिकेट' असेल, तर हर्षा भोगले 'व्हॉइस ऑफ द क्रिकेट फॅन' आहे. व्हॅनिला आईसक्रीमवरच्या चॉकलेट सॉससारखा मखमली आवाज आणि त्याहून कितीतरी महत्त्वाचं म्हणजे क्रिकेटबद्दलचीच नाही, तर सगळ्याच खेळांबद्दलची आत्मीयता आणि खेळाडूंबद्दलचा आदर! एखाद्या तळाच्या बॅट्समनने सिंगल काढून मुख्य फलंदाजाला स्ट्राइक द्यावा तसा आपल्याबरोबरच्या क्रिकेटपटूला बोलतं करणारा आणि गरज पडेल तेव्हा लेट कटचा चौका मारणारा खराखुरा क्रिकेटचा विचारवंत!

अजून कितीतरी कॉमेंटेटर्स आहेत; पण या लोकांची कॉमेंटरी ही क्रिकेट आणि क्रिकेटर्सच्या प्रेमात चिंब भिजलेली असते. जर तो समालोचक स्वतः त्या खेळानं बेहोष होत नसेल, तर तो प्रेक्षकांना बेहोष करणार तरी कसा? या लोकांनी समोर चाललेल्या खेळाच्या पलीकडे जाऊन आम्हांला क्रिकेटचा मझा घ्यायला शिकवलं. यांच्या शब्दांनी, यांच्या वर्णनांनी क्रिकेटचे कित्येक अप्रतिम क्षण अविस्मरणीय केले. एखाद्या बॅट्समनच्या शतकाइतकं किंवा बॉलरच्या एखाद्या जबरदस्त स्पेलइतकीच ही काही शब्दशिल्प आमच्या आठवणींमध्ये कोरून ठेवली. अशा क्रिकेट प्रक्षेपणाच्या जादूगारांना सलाम!

So that's all from the presentation area for today. See you at the start of the next match.

■■■

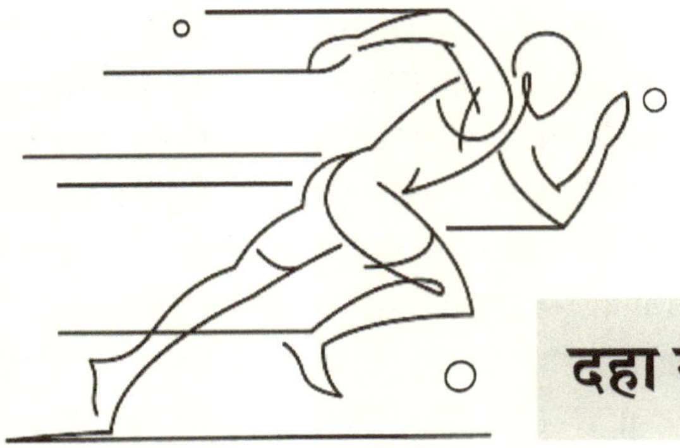

दहा सेकंदांचं युद्ध!

''तुला माहितीय, सगळे नऊच्या नऊ ग्रह एका लायनीत आले ना, त्या दिवशी पृथ्वी खतम होऊन जाणार!'' आमचे आठ वर्षांचे एक ज्येष्ठ मित्रवर्य आम्हां सहा वर्षांच्या पोरांना सांगायचे. ते ऐकून जी टरकली होती म्हणता... त्यानंतरचे बरेच दिवस आकाशाकडे बघून सगळ्या ग्रह-ताऱ्यांची पोझिशन तपासण्यात गेले होते. जाम टेन्शन आलं होतं तेव्हा! तेव्हाच्या प्रदूषणविरहित आकाशात नेहमी दिसणारे गुरू, शनी, मंगळ वगैरे एकमेकांपासून हातभर अंतर ठेवून आहेत, हे बघितलं की हायसं वाटायचं. पल्याड शुक्र, बुध आणि न दिसणारे राहू, केतू काही का गोंधळ घालेनात; जोपर्यंत हे नऊ लोक एकत्र येत नाहीत, तोपर्यंत प्रॉब्लेम इल्ले! पण समजा, आले एकत्र तर राडाच की भौ!

ऑलमोस्ट तोच फील २०१५मध्ये बीजिंगमध्ये झालेल्या जागतिक मैदानी स्पर्धेच्या १०० मीटरच्या अंतिम फेरीच्या वेळी येत होता... आणि का येऊ नये? जगातले सर्वांत वेगवान नऊ मानव एका ओळीत उभे होते. जागतिक स्पर्धेनं अर्थातच अनेक दिग्गजांची धाव बघितली होती; पण या वेळी पहिल्यांदाच मोसमात १०० मीटर अंतर १० सेकंदांपेक्षा कमी वेळात पार केलेले दोन-तीन नाही, तर नऊच्या नऊ स्पर्धक जगातल्या सर्वांत वेगवान मानवाचा खिताब जिंकण्यासाठी आपली शक्ती पणाला लावत होते.

तुम्ही कधी ट्रॅकशेजारी उभं राहून अव्वल स्प्रिंटरला धावताना बघितलंत तर जमीन हादरल्याचा भास होतो. इथे तर नऊ खंदे वीर जागतिक विजेतेपदासाठी जिवाची बाजी लावणार होते. या शर्यतीचा थरार झेलण्यासाठी बीजिंगच्या अतिभव्य 'बर्ड्स नेस्ट' राष्ट्रीय स्टेडियममध्ये वापरलेल्या १ लाख १० हजार टन स्टीलची कसोटी लागणार होती. एक योहान ब्लेक सोडला तर वेगवान धावपटूंची अफलातून मांदियाळी जमली होती. दृष्ट लागावी असा स्टार्टिंग लाइन अप... प्रत्येक खेळाडूचं नाव प्रतिभावंतांच्या यादीत खूप-खूप वरचं!

लेन १ : फ्रान्सचा राष्ट्रीय विजेता जिमी विकौत : सर्वोत्तम वेळ ९.८६ सेकंद

लेन २ : यजमान चीनचा बिन्गशान शू : सर्वोत्तम वेळ ९.९९ सेकंद

लेन ३ : २० वर्षांचा नवोदित अमेरिकन ट्रेव्हन ब्रॉमेल : सर्वोत्तम वेळ ९.८४ सेकंद

लेन ४ : अमेरिकेचाच माइक रॉजर्स : सर्वोत्तम वेळ ९.८५ सेकंद

लेन ५ : जगज्जेता, ऑलिंपिक विजेता, स्प्रिंटचा बादशाह उसेन बोल्ट : सर्वोत्तम वेळ ९.५८ सेकंद

लेन ६ : माजी जागतिक विजेता टायसन गे : सर्वोत्तम वेळ ९.६९ सेकंद

लेन ७ : आजमितीला बोल्टचा सर्वोत्तम प्रतिद्वंद्वी जस्टिन गॅटलिन : सर्वोत्तम वेळ ९.७४ सेकंद

लेन ८ : बोल्टचा देशबंधू झंझावाती असाफा पॉवेल : सर्वोत्तम वेळ ९.७२ सेकंद

लेन ९ : कॅनडाचा २० वर्षीय आंद्रे दे ग्रास : सर्वोत्तम वेळ ९.९५ सेकंद

स्प्रिंटचा सम्राट बोल्ट... त्याला आव्हान देणारे दोन अनुभवी अमेरिकन्स गे आणि गॅटलिन... पॉवेल आणि रॉजर्ससारखी तगडी नावं आणि दे ग्रास...विकौत आणि ब्रॉमेलसारखे सळसळत्या रक्ताचे तरुण... आपलं जागतिक विजेतेपद टिकवण्याचं बोल्टपुढचं आव्हान कधी नव्हे इतकं कठीण होतं. टायसन गे, ब्रॉमेल, असाफा पॉवेल तर फॉर्मात होतेच; पण बोल्टपुढे खरं आव्हान होतं ते बंदीनंतर कात टाकलेल्या, आपल्या आयुष्यातल्या सर्वोत्तम फॉर्ममध्ये असलेल्या, चवताळून उठलेल्या जस्टिन गॅटलिनचं. पायाच्या दुखापतीमुळे बोल्ट त्या मोसमात मोजून दोन शर्यती धावला होता. २०१६ रिओ ऑलिंपिक्ससाठी पूर्ण फिट व्हायला अजून खूऽऽऽप पल्ला गाठायचा होता. लंडनमध्ये ॲनिवर्सरी गेम्स जिंकताना नोंदवलेली ९.८७ सेकंद वेळ फार आश्वासक नक्कीच नव्हती. काही धुरीण तर ही बोल्टच्या अंताची सुरुवात असल्याचा निष्कर्ष काढून मोकळेदेखील झाले होते.

याउलट, दोन वेळा उत्तेजक द्रव्यसेवनासाठी बंदी घातली गेल्यावर जस्टिन गॅटलिनने पुनरागमनासाठी जिवाचं रान केलं होतं. २०१५मध्ये गॅटलिन जणू काही आधीच्या सगळ्या चुकांचा हिशेब चुकता करण्यासाठी धावत होता. या मोसमात तब्बल २८ शर्यतींमध्ये अजिंक्य राहिलेल्या आणि सतत ९.८३पेक्षा कमी वेळ नोंदवलेल्या गॅटलिनला बोल्टचं सार्वभौमत्व मोडून काढायची ही सुवर्णसंधी होती. ६ फूट ५ इंच उंचीमुळे बोल्टला सुरुवातीचे काही मीटर बाकीच्यांपेक्षा जास्त वेळ लागतो.

याउलट गॅटलिन त्याच्या स्फोटक सुरुवातीसाठी प्रसिद्ध! गॅटलिनने जोरदार सुरुवात केली आणि बोल्टला पहिल्या १० मीटरमध्ये मागे टाकलं तर आधीच आत्मविश्वास कमी झालेल्या, कधी नव्हे ते स्वत:च्या क्षमतेबद्दल किंचित साशंक असलेल्या बोल्टवर प्रचंड दबाव पडणार होता. गॅटलिन, कोच ब्रुक्स जॉन्सन आणि त्याच्या सगळ्या टीमला याची पुरेपूर कल्पना होती. म्हणूनच गॅटलिनला बोल्टशेजारची लेन हवी होती. त्याला रिओच्या आधी बोल्टच्या आत्मविश्वासावर निर्णायक घाव घालायचा होता.

बोल्टची गणना आता सर्व काळच्या सर्वश्रेष्ठ ॲथलिट्समध्ये केली जाते. आपण असे अनेक दिग्गज बघितले आहेत, ज्यांनी एखाद्या दुखापतीनंतर अशक्य वाटावं असं पुनरागमन केलंय. पण इतर खेळांमध्ये आणि शंभर मीटर स्प्रिंटमध्ये हाच फरक होता, की मुहंमद अलीला पहिल्या काही राउंड्स मार खाण्याची आणि मग अंदाज घेऊन प्रतिस्पर्ध्यावर हल्ला चढवण्याची मुभा होती. सचिन तेंडुलकरला इनिंगमधले पहिले काही चेंडू जम बसवण्यासाठी खेळून काढता येत होते, नदालला पहिल्या काही फेऱ्यांमध्ये कमकुवत खेळाडूंशी खेळणं शक्य होतं. पण शंभर मीटर स्प्रिंटमध्ये असे लाड चालत नाहीत. शंभर मीटर अंतर सगळ्यांत लवकर कोण पळतो, असा साधा-सोपा-सरळ सवाल. नऊ पूर्णांक काही दशांश सेकंदांत काय अंदाज घेणार आणि काय मुसंडी मारणार? एकंदर सगळी दानं बोल्टच्या विरोधात होती.

Bolt had nothing to gain and Gatlin had nothing to lose.

अंतिम फेरीत पोहोचेपर्यंत गॅटलिनची वेळ सर्वोत्तम होती, तर बोल्ट आपल्या रंगात आलाच नव्हता. बऱ्याच महिन्यांनी पुनरागमन करताना आपलं वर्चस्व सिद्ध करायला लागायची ही बहुधा त्याची पहिलीच वेळ... समोरचं आव्हान तगडं... बोल्टचा खरा कस लागणार होता. स्टार्ट लाइनवर आपलं नाव पुकारलं गेल्यावर बोल्टने कॅमेऱ्याकडे बघून नेहमीसारखे हावभाव केले; पण तो नेहमीचा हरफनमौला बोल्ट नव्हता. कदाचित पहिल्यांदाच बोल्ट कोणाकडूनतरी हरण्याच्या दबावाखाली धावत होता.

सगळ्यांची उत्सुकता तुटेपर्यंत ताणली गेलेली... 'ऑन युवर मार्क्स'ची घोषणा होण्याआधीच ९ च्या ९ धावपटू आपल्या पोझिशन्सवर आलेले... वातावरणातला तणाव तिथल्या शांततेत जाणवत होता. डोळे मिटलेल्या कोणाला तिथे ८० हजार लोक आहेत असं वाटलंही नसतं. टीव्हीवरचे कॉमेंटेटर्ससुद्धा क्षणभर काय बोलावं विसरत होते. 'सेट'... आणि स्टार्टर पिस्टलचा आवाज घुमला.

अपेक्षेप्रमाणे तरुण दे ग्रास आणि माइक रॉजर्स सर्वांत आधी ब्लॉक्समधून बाहेर पडले... पाठोपाठ गॅटलिन... आणि... लगेचच एरवी आठव्या-नवव्या क्रमांकावर अपेक्षित असलेला बोल्ट... मागून गे, ब्रॉमेल वगैरे. पहिल्या आणि नवव्या धावपटूच्या सुरुवातीत फरक किती?... काही शतांश सेकंदांचा! सुरुवातीचे काही मीटर रॉजर्स, ब्रॉमेल, गॅटलिन यांच्या अगदी मागोमाग चक्क बोल्ट! ६ फूट ५ इंच माणसाकडून इतकी वेगवान सुरुवात अपेक्षित नव्हती. किमान गॅटलिनला तर नाहीच नाही. पहिल्या काही मीटरमध्ये मोठी आघाडी घेण्याचा गॅटलिनचा डाव उधळला गेला. बोल्टला किमान एक मीटर पुढे गॅटलिन दिसायला हवा होता; पण गॅटलिन अजून बोल्टच्या पेरिफेरल व्हिजनमध्येच होता. चाळीस मीटरपर्यंत बोल्टला मोमेन्टम आला होता. बोल्टला हरवण्याची स्वप्नं बघणाऱ्या कोणासाठीही सुरुवातीच्या २० ते ३० मीटरमध्येच सर्वांत चांगली संधी असते. कारण शेवटचे ५० ते ६० मीटर म्हणजे बोल्टचा इलाखा! टॉप स्पीडमधल्या बोल्टला गाठणं भल्या-भल्या स्प्रिंटर्सच्या स्वप्नातसुद्धा क्वचितच शक्य असतं. होमो सॅपियन्स म्हणवणाऱ्या कोणत्याही प्राणिमात्राला त्या ६० मीटरमध्ये बोल्टला हरवणं केवळ अशक्य होतं.

गॅटलिन तरी जीव तोडून धावत होता... ५० ते ६० मीटरपर्यंत चार जण एकत्र होते... परंतु ७० मीटरच्या आसपास बोल्ट, गॅटलिन आणि बाकीचे यांच्यामध्ये बऱ्यापैकी अंतर निर्माण झालं... आता हा दोन चिवट लढवय्या ॲथलिट्समधला सामना होता. काही क्षणांचा मामला; पण आपल्या शारीरिक क्षमतांना अफाट कष्टांची जोड देऊन या रंगमंचावर आलेल्या दोन दिग्गज ॲथलिट्सना आपलं सर्वस्व पणाला लावणारा! गॅटलिन पूर्ण शक्तिनिशी धावत होता आणि बोल्ट आपल्या थकलेल्या शरीराच्या प्रत्येक कणाला, प्रत्येक पेशीला आपल्या मर्यादांच्या पलीकडे जाऊन झुंजायला लावत होता. अंतिम रेषेजवळ येतानासुद्धा दोघांच्यात प्रकाशाची तिरीप जाण्याइतकंसुद्धा अंतर नव्हतं. परंतु शेवटच्या क्षणी बोल्टने आपल्या उंचीचा फायदा घेत मुसंडी मारली आणि तीच निर्णायक ठरली!

काही क्षणातच स्कोअरबोर्डवर निकाल झळकला :

सुवर्ण : उसेन बोल्ट : ९.७९ सेकंद

रौप्य : जस्टिन गॅटलिन : ९.८१ सेकंद

कांस्य : आंद्रे दे ग्रास आणि ट्रेव्हन ब्रॉमेल : ९.९२ सेकंद

टीव्हीवरच्या समालोचकांनी यथार्थ शब्दांत बोल्टच्या या विजयाचं वर्णन केलं... 'He has saved his title, he has saved his reputation... he may have even saved his sport.'

'ट्रॅक अँड फिल्ड' खेळांचा बोल्ट हा आदर्श प्रतिनिधी होता. एरवी डोपिंग, खुनशीपर्यंत जाणारी स्पर्धा, खेळात नको इतक्या प्रमाणात आलेली व्यावसायिकता, मानवी मर्यादांना अजून पुढे ढकलण्याच्या नादात खेळात निर्माण झालेल्या अनेक अपप्रवृत्ती या सगळ्यांमध्ये बोल्ट त्याच्या शारीरिक उंचीपेक्षाही जास्त 'कलोसस' होता. 'मि. क्लीन' आणि अत्यंत कष्टाळू असला तरी बोल्ट आपल्या अविश्वसनीय कामगिरीच्या आणि मस्तमौला व्यक्तिमत्त्वाच्या जोरावर प्रेक्षकांना खेचून आणायचा. बोल्ट धावत असताना लोक आपला देश, वर्ण, धर्म सगळं विसरून त्याला प्रोत्साहन द्यायचे. कारण बोल्टने फक्त जमैकाच्या प्रतिनिधित्वाची सीमा कधीच ओलांडली होती. कारकिर्दीच्या उत्तरार्धात तर बोल्ट धावायचा तो तुमच्या-आमच्यासाठी! जणू काही बोल्ट हा मानवी शरीराच्या वेगाच्या मर्यादेचं परिमाण झाला. त्याच्या कामगिरीतला सुधारलेला प्रत्येक शतांश सेकंद जणू माणसाच्या कक्षा अजून रुंदावत गेला.

बीजिंगमधलं ते दहा सेकंदांचं युद्ध जिंकून बोल्टने त्याच्या पायातल्या अदृश्य बेड्या तोडल्या... वाऱ्याला पकडण्याची एक संधी होती ती आता निसटली... दोनच दिवसांनी २०० मीटर फायनल्समध्ये जो जुना बोल्ट दिसला... ज्या पद्धतीनं त्याने निवांतपणे अंतिम रेषा पार करताना दोन्ही अंगठे छातीकडे दाखवत 'मी परत आलोय'ची घोषणा केली, त्यावरून त्याने त्याला हरवण्याची स्वप्नं बघणाऱ्या प्रत्येकाला जणू हेच सांगितलं, 'I am off... Catch me if you can!'

■■■

द कायझर

"यहीं है वो इलाका जहां लोग तुम्हें जानते हैं? शेरखान... अब न तो वर्दी है न कुर्सी... और ना ही मैं ड्यूटी पर हूँ। इलाका तुम्हारा है और मैं अकेला हूँ।"

"जाओ, पहले उस आदमी का साइन लेकर आओ जिसने मेरे बाप से साइन लिया था... पहले उस आदमी का साइन लेकर आओ जिसने मेरी माँ को नौकरी से निकाल दिया था... जाओ, पहले उस आदमी का साइन लेकर आओ जिसने मेरे हाथ पे ये लिख दिया था..."

"मैं आज भी फेंके हुए पैसे नहीं उठाता..."

"गोवर्धन सेठ समंदर में तैरने वाले कूओं और तालाबों मे डुबकी नहीं लगाया करते।"

काय स्टाइल आहे... काय डायलॉग डिलिव्हरी आहे... काय बॉडी लँग्वेज आहे... काय नजर आहे... टाळ्या... शिट्ट्या... क... ड... क... 'अमिताभ बच्चन रॉक्स'! नक्कीच... अमिताभ बच्चन एरवीच रॉक्स... काही वादच नाही. पण हे शब्द खरे कोणाचे? सलीम-जावेद, कादर खान, प्रकाश मेहरा... किंवा असेच कोणाकोणाचे;

पण पडद्यावर भाव खाऊन जातो बच्चन! *नथिंग टू टेक अवे फ्रॉम हिम*... पण लेखक, दिग्दर्शक, मारामारी दिग्दर्शक शेट्टीमास्तर वगैरेपण ॲक्टर इतकेच भारी ना भौ!

आता मला सांगा, *'एइ कांचा... साला बंदूक भी दिखाता है और पीछे भी हटता है...आंय?'* हा डायलॉग विजय अरोराच्या तोंडी किती पुचाट लागला असता; तसंच *'अबे हटा सावन की घटा... खा खुजा, बत्ती बुझा के सो जा निंटकले पिंटुकले...कुल्ला घुमा के पच्छिम को पलटले...'* वगैरे डायलॉग संजीव कुमारच्या तोंडी शोभले असते का? शेवटी सांगायचं काय... चित्रपट हा शेवटी टीम गेम...हिरो जितका महत्त्वाचा, तितकाच लेखक, दिग्दर्शक आणि पडद्यामागचा प्रत्येक कलाकार!

फुटबॉलमध्ये गोल करणाऱ्या ॲटॅकर्सबद्दल सगळेच भरभरून बोलतात; पण जीव तोडून आपल्या गोलचं रक्षण करणाऱ्या डिफेंडर्सचं काय हो? त्यांच्या टॅकल्सबद्दल, विचारपूर्वक बांधलेल्या बचावाबद्दल, त्यांच्या अचूक 'मार्किंग'बद्दल किती लोक बोलतील?... त्यांनी दिलेल्या लाँग पासेसकडे, 'फिड्स'कडे, त्यांनी मारलेल्या 'ॲम्बुश स्प्रिंट्स'कडे किती लोकांचं लक्ष जाईल? अगदी तस्संच उत्कृष्ट फुटबॉलपटू म्हटल्यावर मनात पहिली नावं कुठली येतात? पेले, मॅराडोना, क्रायफ, रोनाल्डो, वॅन बॅस्टन, बॅटिस्ट्युटा... धडाधड गोल मारणारी नावं. पण आमचा जॉन टेरी, पाब्लो माल्दिनी, नेस्टा, रोबेर्टो कार्लोस, लोथार मथायस हेही तितकेच महान खेळाडू ना भौ! यांच्या वैयक्तिक गोल्सच्या आकड्यांवर जाऊ नका...

म्हणतात ना, 'Great aggressive football starts from having a solid defence.' हे लोक मागे राहून फक्त समोरच्या संघाची आक्रमणं थोपवतच नाहीत, तर प्रत्येक प्रतिहल्ल्यात खूप महत्त्वाची भूमिका बजावतात. मारलेल्या गोलची सुरुवात यांनीच केलेली असते. अशा डिफेंडर्सचा मेरुमणी... आपल्या अनोख्या आणि शैलीदार खेळानंच, नव्हे तर कर्णधार, प्रशिक्षक आणि व्यवस्थापक म्हणून रचलेल्या अचाट डावपेचांमुळे फुटबॉल रसिकांना मोहिनी घालणारा... खेळाच्या आणि परिस्थितीच्या अचूक अंदाजानं खेळाची सूत्रं हलवणारा... संघाची रणनीती बदलणारा कलंदर कर्णधार... लिबेरोसारख्या फुटबॉलमधल्या तांत्रिकदृष्ट्या केवळ भन्नाट पोझिशनचा जन्मदाता... भल्या-भल्या आक्रमक संघांना थोपवणारा महारथी... अचानक आणि अनपेक्षितपणे कधी साथीदारांबरोबर तर कधी एकट्यानंच समोरच्या गोलक्षेत्रात जोरदार धडक मारणारा नेता... खेळाडू आणि प्रशिक्षक म्हणूनदेखील फुटबॉलचा विश्वकरंडक उंचावणारा फुटबॉलचा खराखुरा 'राजा'!

जर्मन लीगच्या १९६९मधील अंतिम सामन्यात बायर्न म्युनिककडून खेळताना आपल्या या हिरोनं शॉल्के संघाच्या 'किंग ऑफ वेस्टफेलिया' रेनहार्ड लिबुडाला फाऊल करून पाडलं... प्रेक्षकांच्या आरडाओरड्याची जराही पर्वा न करता हा हिरो शॉल्केच्या गोलक्षेत्रात चेंडू घेऊन गेला आणि अॅरोगन्स पर्सोनिफाइड– चक्क तीसेक सेकंद एका पायावर चेंडू बॅलन्स करत राजेशाही थाटात उभा राहिला. कॅमेऱ्यांचे फ्लॅशेस खटाखट उडत होते आणि दुसऱ्या दिवशी सकाळी माध्यमांनी त्या अप्रतिम खेळाडूचं नामकरण केलं– 'दे कायझर' (सम्राट) फ्रान्झ बेकेनबाउवर (Franz Beckenbauer).

जर्मन फुटबॉलचा बादशाह... बायर्न म्युनिकचा आधी आधारस्तंभ, मग प्रशिक्षक आणि मग अध्यक्ष... केवळ अफलातून खेळाडूच नाही, तर खेळाचं जबरदस्त 'रीडिंग' असलेला मुत्सद्दी, 'एम्परर फ्रान्झ' आणि 'दे कायझर'सारखी अभिधानं मिरवणारा, खेळाचा प्रत्येक बारकावा, प्रत्येक कंगोरा माहिती असणारा महान कर्णधार... पश्चिम जर्मनी आणि बायर्न म्युनिकला फुटबॉलमधला प्रत्येक खिताब जिंकून देणारा एकमेवाद्वितीय खेळिया फ्रान्झ बेकेनबाउवर!

अकरा सप्टेंबर १९४५ रोजी दुसऱ्या महायुद्धात उद्ध्वस्त झालेल्या म्युनिकमध्ये पोस्ट ऑफिसात काम करणाऱ्या फ्रान्झ बेकेनबाउवर सीनियर आणि त्यांची पत्नी अन्तोनी यांचा दुसरा मुलगा जन्माला आला–तो फ्रान्झ बेकेनबाउवर ज्युनियर. तेराव्या वर्षी तो तेव्हाच्या एससी म्युनिक फुटबॉल क्लबच्या युवा संघात दाखल झाला, तो पहिल्यांदा सेंटर फॉरवर्ड म्हणून! प्रसिद्ध जर्मन स्ट्रायकर फ्रिट्झ वॉल्टर हा फ्रान्झचा आदर्श. पण, काही दिवसांतच एससी म्युनिकमध्ये त्याचे आणि इतर काही मित्रांचे मतभेद झाले. त्यांना '१८६० म्युनिक' हा क्लब जॉईन करायचा होता. पण याच दोन संघांतल्या एका अंतिम सामन्यात १८६० म्युनिकच्या खेळाडूंनी खूप धसमुसळा खेळ केला आणि फ्रान्झ जखमीदेखील झाला. म्हणून त्याने १८६० म्युनिकला न जाता बायर्न म्युनिकला जाण्याचा निर्णय घेतला. पुढच्या तीन वर्षांतच त्याने आपली इन्शुरन्स एजंटची अर्धवेळ नोकरी सोडली आणि सतराव्या वर्षीच फ्रान्झ व्यावसायिक फुटबॉलपटू झाला. युद्धानंतरच्या बेचिराख झालेल्या जर्मनीत हा निर्णय घेणं मोठं धाडसाचं काम होतं.

फ्रान्झचं फुटबॉलमधलं कौशल्य निर्विवाद होतंच. खेळाची त्याची समज त्याच्या वयाच्या खूप-खूप पुढची होती. आपल्या बायर्नमधल्या दुसऱ्या वर्षीच त्याने पुढे येऊ घातलेल्या वादळाची चुणुक दाखवली. मधल्या फळीत खेळणाऱ्या आपल्या या तरुण तुर्काच्या मोठ्या योगदानाच्या जोरावर बायर्न म्युनिक नुकत्याच निर्माण झालेल्या अव्वल साखळी बुंडेस्लिगासाठी पात्र ठरला. फ्रान्झच्या असामान्य टॅलेंटची ताबडतोब

नोंद घेतली गेली आणि त्याला लगेच पुढच्या वर्षीच पश्चिम जर्मनीच्या राष्ट्रीय संघात स्थान मिळालं. त्याचं आंतरराष्ट्रीय पदार्पण झालं तेही अविस्मरणीय!

स्वीडनविरुद्धच्या त्या अत्यंत महत्त्वाच्या वर्ल्ड कप पात्रताफेरीच्या सामन्यात फ्रान्झने दाखवलेल्या परिपक्वतेचं आणि कौशल्याचं खूप कौतुक झालं. वर्ल्ड कपची पात्रता त्या सामन्यावर ठरणार होती. अनुभवी आणि सर्वोत्कृष्ट खेळाडूंचीसुद्धा परीक्षा पाहणारा असा तो सामना होता. पण फ्रान्झ त्या तणावपूर्ण परिस्थितीतही सरस खेळला आणि पश्चिम जर्मनी वर्ल्ड कपसाठी पात्र ठरला. स्वित्झर्लंड विरुद्धच्या पहिल्याच सामन्यात मधल्या फळीत खेळताना दोन गोल करून फ्रान्झ बेकेनबाउवरने वर्ल्ड कपमध्ये जोरदार पदार्पण केलं. अर्जेंटिनाशी ०-० बरोबरी करून आणि स्पेनला २-१ ने हरवून पश्चिम जर्मनी पुढच्या फेरीत पोहोचले. उरुग्वेला ४-० ने हरवून पश्चिम जर्मनी उपांत्य फेरीत पोहोचले. त्यात बेकेनबाउवरने एक अफलातून गोल मारला आणि रशियाविरुद्धच्या उपांत्य सामन्यातही! आपल्या पहिल्याच विश्वकरंडकात तरुण आणि अननुभवी बेकेनबाउवरने आपला ठसा उमटवला होता.

इंग्लंडविरुद्धचा वर्ल्ड कपचा अंतिम सामना... तोसुद्धा खुद्द इंग्लंडमध्ये! वेम्ब्ले स्टेडियमवरचा हा सामना बेकेनबाउवरच्या कारकिर्दीला वेगळं वळण देऊन गेला. पूर्ण सामनाभर बेकेनबाउवर सावलीसारखा मँचेस्टरचा महान खेळाडू बॉबी चार्लटनमागे

फिरत होता. जेफ हर्स्टच्या हॅटट्रिकच्या जोरावर इंग्लंड तो सामना अतिरिक्त वेळेत ४-२ असा जिंकले. पण बेकेनबाउवरने आपल्या अष्टपैलू खेळानं सगळ्यांचीच मनं जिंकली. हा सामना पुढच्या इंग्लंड - पश्चिम जर्मनीच्या ऐतिहासिक द्वंद्वांची सुरुवात होती.

परत आल्यावर बायर्ननं १९६६ आणि १९६७मध्ये 'जर्मन कप' जिंकला, १९६७मध्ये युरोपियन विनर्स कप जिंकला. सेप मायरसारखा उमदा गोलरक्षक आणि 'द बॉम्बर' गेर्ड मोलरसारख्या खतरनाक स्ट्रायकर साथीदारांसह बायर्न म्युनिकचा नवा कर्णधार 'दे कायझर' फ्रान्झ बेकेनबाउवरने युरोप दिग्विजय साकारला. बायर्नने १९६८ची बुंडेस्लिगादेखील त्याच्या नेतृत्वाखाली जिंकली. त्याच वर्षी पश्चिम जर्मनीसाठी इंग्लंडविरुद्ध तणावपूर्ण लढतीत विजयी गोल करून वर्ल्ड कपच्या अंतिम फेरीतल्या पराभवाची परतफेडदेखील केली. आता फ्रान्झचा खेळ अधिकच परिपक्व होत होता आणि बायर्न आणि पश्चिम जर्मनीच्या संघातल्या स्थानावर त्याची पक्की मांड होती. याच काळात बेकेनबाउवरने आपल्या खेळात 'रिसर्च अँड डेव्हलपमेंट' करायला सुरुवात केली.

४-४-२च्या रचनेत खेळणाऱ्या बहुतेक संघांत दोघे स्ट्रायकर्स दोन बाजूंनी खेळतात, तेव्हा आपला 'सेंट्रल डिफेंडर' मोकळा राहतो. रोबेर्टो कार्लोस आणि बेकहमसारखे खेळाडू बाजूनी (विंग्समधून) आक्रमण करायचे... बाहेरून येऊन आत आक्रमकांना 'क्रॉस' देण्याची ही पद्धत. पण थेट बचावाच्या मधून सरळसरळ प्रतिस्पर्ध्याच्या गोलक्षेत्रात मुसंडी मारण्याची कल्पना फक्त बेकेनबाउवरच करू जाणे. ही अत्यंत आक्रमक व्यूहरचना होती आणि फुटबॉलमध्ये आता अनन्यसाधारण महत्त्व असलेल्या 'लिबेरो' अथवा 'स्वीपर' या जागेचा जन्म झाला होता.

पश्चिम जर्मनीने १९७०च्या वर्ल्ड कपमध्ये पुन्हा उपांत्यपूर्व फेरीत धडक मारली. पुन्हा एकदा प्रतिस्पर्धी होता इंग्लंड! गतविजेत्या इंग्लंडचा आत्मविश्वास इतका दांडगा, की त्यांनी बॉबी चार्लटनला उपांत्य फेरीसाठी विश्रांती दिली आणि सुरुवातीला त्याच्या जागी कॉलिन बेलला संधी दिली. थोड्याच वेळात इंग्लंडने २-० अशी आघाडीदेखील घेतली. पण चार्लटनसारख्या दिग्गजाच्या गैरहजेरीचा फायदा न उठवला तर तो बेकेनबाउवर कुठला? आपल्या गोलक्षेत्रात बॉलवर ताबा मिळवून त्याने बेधडक इंग्लंडच्या क्षेत्रात मुसंडी मारली... आलेल्या एका 'रिबाऊंड'वर अत्यंत थंड डोक्यानं गोलरक्षक बोनेट्टीच्या हाताखालून डाव्या कोपऱ्यात बॉल धाडला... इंग्लंड २ पश्चिम जर्मनी १.

घाईघाईत चार्लटनला मैदानावर आणलं गेलं... पण तोपर्यंत उशीर झाला होता. बेकेनबाउवरच्या गोलनं चेव चढलेला पश्चिम जर्मनी इंग्लंडच्या गोलवर समुद्राच्या रौद्र लाटांसारखा धडका मारू लागला. जे व्हायचं तेच झालं... उवे सीलरने हेडर जाळीत मारून पश्चिम जर्मनीला बरोबरी साधून दिली. आणि अतिरिक्त वेळेत मिळालेल्या गतीचा फायदा घेत गेर्ड 'दे बॉम्बर' मोलरने जर्मनीसाठी विजयी गोल मारला. या सबंध वेळेत इंग्लंड आणि जर्मन गोलमध्ये छातीचा कोट करून उभा होता फ्रान्झ बेकेनबाउवर! हरल्यात जमा झालेला सामना बेकेनबाउवरने जवळपास एकहाती फिरवला होता.

त्या वर्ल्ड कपची इटली - पश्चिम जर्मनी उपांत्य लढत ही सर्वांत ऐतिहासिक वर्ल्ड कप लढतींपैकी एक समजली जाते. १-१ बरोबरीनंतर सामना अतिरिक्त वेळेत गेला. अतिरिक्त वेळेच्या पहिल्याच काही मिनिटांत बेकेनबाउवरच्या खांद्याला जबर दुखापत झाली, तरी पठ्ठ्याची बहाद्दरी बघा... खांद्याभोवती बँडेज लावून तो पुन्हा मैदानात उतरला. बर्टिनी, रिवेरा, विएरी, ज्युलियानो यांसारख्या खंद्या खेळाडूंच्या इटलीकडून चिवट झुंज देत पश्चिम जर्मनी ४-३ अशी हरली खरी; पण तोपर्यंत फ्रान्झ बेकेनबाउवर हे नाव फुटबॉलच्या इतिहासात कायमचं सुवर्णाक्षरांनी कोरलं गेलं होतं. त्या वर्ल्ड कपनंतर बेकेनबाउवर जर्मनीचा कर्णधार झाला आणि त्याला आपला संघ आपल्या विचारांनी बांधायची संधी मिळाली. Leading from the front चं उदाहरण घालून देत 'लिबेरो'च्या अतिमहत्त्वपूर्ण जागी खेळायची जबाबदारी त्याने स्वतःच्या समर्थ खांद्यांवर घेतली आणि अख्खा संघ त्याच्याभोवती खेळू लागला. त्याच्या नेतृत्वाखाली पश्चिम जर्मनीनी युरोपियन स्पर्धा जिंकली.

जर्मनीत १९७४मध्ये झालेल्या वर्ल्ड कपच्या वेळेस नेदरलँड्सच्या 'टोटल फुटबॉल'नं जगाला वेड लावलं होतं. त्यांनी फुटबॉलचा चेहरामोहराच बदलून टाकला होता. त्यांच्या वेगळ्या केशभूषेवर, त्यांच्या अफाट टॅलेंटवर, अद्भुत समन्वयावर पूरी दुनिया फिदा झाली होती. जोहान क्रायफसारखी चालतीबोलती दंतकथा आपल्या कौशल्यानं फुटबॉलरसिकांना मंत्रमुग्ध करत होती... त्याच्या साथीला जॉनी रेप, रॉब रेझेनब्रिन्क यांसारखे अवलिये होते... निस्केन्स, हान, यॅन्सेन, हल्शॉफ, क्रॉल.. सगळेच देवाचं देणं लाभलेले खेळाडू! 'टोटल फुटबॉल'मध्ये गोलकीपरव्यतिरिक्त कुठलाही खेळाडू मैदानात कुठेही खेळत असे. त्यामुळे 'मॅन टू मॅन मार्किंग' अशक्य होतं. आपल्या वादळी खेळानं पहिल्या सहा सामन्यांत १४ गोलचा धडाका लावत (आणि अवघा एक गोल स्वीकारत) नेदरलँड्सचा संघ अंतिम फेरीत दाखल झाला.

अंतिम फेरीत त्यांचा सामना होता यजमान पश्चिम जर्मनीशी! या लढतीची जाहिरातच 'क्रायफ वि. बेकेनबाउवर' अशी केली गेली होती. आतापर्यंत नेदरलँड्सने आपल्या प्रतिस्पर्ध्यांना पालापाचोळ्यासारखं उडवून लावलं होतं. हे वादळ आता जर्मनीच्या भिंतीवर धडकणार होतं.

दोन्ही संघ मैदानावर आल्या-आल्याच बेकेनबाउवरने पहिली अनपेक्षित चाल खेळली. क्रायफसारख्या दिग्गजाला स्वतः रोखण्याऐवजी त्याने बर्टी वोग्ट्स नावाची सावली क्रायफबरोबर जोडली. हा एक अत्यंत आक्रमक डाव होता... त्यामुळे बेकेनबाउवर स्वतः क्रायफच्या मागे न राहता आक्रमण करायला मोकळा राहणार होता. पण पहिल्या काही मिनिटांतच क्रायफला फाऊल करून अडवल्यामुळे मिळालेल्या पेनल्टीवर गोल करून निस्केल्सने नेदरलँड्सचा पहिला वार करेपर्यंत एकही जर्मन पाय चेंडूला लागलादेखील नव्हता!

जर्मनी शांत बसणार होते थोडेच? कायझरने आपल्या आक्रमकांना मोकाट सोडलं आणि धुमाकूळ घालण्याचा परवाना दिला. ताबडतोब पॉल ब्राइटनरने मिळालेली एक पेनल्टी सार्थकी लावली आणि 'बॉम्बर' मोलरने दुसरा दणका देत पश्चिम जर्मनीला ४४व्या मिनिटालाच आघाडीवर नेऊन ठेवलं. उत्तरार्धात अर्थातच जर्मनीच्या गोलरक्षक सेप मायरसमोर, ब्राइटनर, वोग्ट्स आणि बेकनबाउवर या नावाच्या भिंती उभ्या राहिल्या. नेदरलँड्सचा प्रत्येक हल्ला निष्प्रभ ठरवत आणि आपल्या हजारो चाहत्यांच्या साक्षीनी क्रायफच्या डच संघाला नमवून दे कायझर फ्रान्झ बेकेनबाउवरने फुटबॉलचा विश्वकरंडक उंचावला!

बेकेनबाउवरने नंतर बायर्न, न्यूयॉर्क कॉसमॉस आणि पश्चिम जर्मनीसाठी अनेक स्पर्धा जिंकल्या, अगणित मानसन्मान मिळवले. १९७७मध्ये तो आंतराष्ट्रीय फुटबॉलमधून निवृत्त झाला, तेव्हा १०३ सामन्यांत त्याने - एक बचावपटू असताना १४ गोल्स मारले होते. तेव्हाचा पश्चिम जर्मनीचा सर्वसाधारण संघ मेक्सिको वर्ल्ड कपसाठी पात्र ठरला याच्याच आनंदात असणाऱ्या चाहत्यांना त्या संघाने चक्क अंतिम फेरीत धडक मारून आश्चर्याचा धक्काच दिला! पश्चिम जर्मनी अर्जेंटिनाकडून ३-२ अशी हरली.

१९९०च्या इटली वर्ल्ड कपमध्ये पुन्हा तेच दोन संघ अंतिम फेरीत आमनेसामने उभे राहिले. या वेळी मात्र जर्मनीने विजेतेपदाला गवसणी घातली. फ्रान्झ बेकेनबाउवर कर्णधार आणि प्रशिक्षक दोन्ही म्हणून विश्वकरंडक जिंकणारा पहिला आणि एकमेवाद्वितीय ठरला! नंतर बेकेनबाउवर बायर्न म्युनिकचा प्रशिक्षक आणि मग तर

अध्यक्ष झाला. २००६च्या वर्ल्ड कप संयोजन समितीच्या अध्यक्षपदी कोण असावं, याबद्दल दुमत असायचं कारणच नव्हतं.

खेळांत, मग तो कुठलाही असो, सर्वसामान्य चाहत्यांना नेहमी 'प्रेक्षणीय' ते आवडतं. बचावापेक्षा आक्रमण नेहमीच प्रेक्षणीय असतं. म्हणून आपल्याला कदाचित द्रविडपेक्षा सेहवागचं कौतुक जास्त असतं, जिम कुरियरपेक्षा अगासी जास्त लोकप्रिय असतो आणि कार्लोस अल्बेर्टोपेक्षा पेले जास्त लक्षात राहतो. आपल्याला गोल मारून शर्ट काढून आपले 'सिक्स पॅक्स' दाखवणारा क्रिस्तियानो दिसतो; पण तो गोल 'घडवणाऱ्या' लोकांकडे, त्याच्या बचावपटूंकडे आपलं लक्ष कुठे जातं?

बेकेनबाउवर अफाट टॅलेंट असलेला खेळाडू होता. 'मला स्ट्रायकर म्हणून खेळायचंय' असं तो म्हणाला असता तर त्याला कोणी अडवण्याचा प्रश्नच नव्हता. पण एक हाडाचा खेळिया असल्यानं स्वतः मागे राहून आपल्या अचाट खेळानं आणि अफलातून डावपेचांनी बेकेनबाउवर जर्मन फुटबॉलचा खऱ्या अर्थानं आधारस्तंभ ठरला. कुठल्याही सांघिक खेळात पपेट मास्टर बनण्यासाठी स्वतः सर्वोत्कृष्ट खेळाडू असण्यापलीकडे त्या खेळाची प्रचंड समज, तांत्रिक बाबींबद्दल अफाट ज्ञान, नेतृत्वगुण आणि आत्मविश्वास लागतो. आणि बेकेनबाउवर तर खेळाडू, कर्णधार, प्रशिक्षक, व्यवस्थापक आणि संयोजक अशा सगळ्यांच भूमिकांमध्ये अतिशय यशस्वी ठरला. म्हणूनच सर्वोत्कृष्ट फुटबॉलपटू म्हणून पेले आणि मॅराडोनाचं नाव घेतलं जात असलं तरी 'संपूर्ण फुटबॉलपटू' या अभिधानाला पात्र एकच खेळिया आहे– 'द कायझर' फ्रान्झ बेकेनबाउवर!

■■■

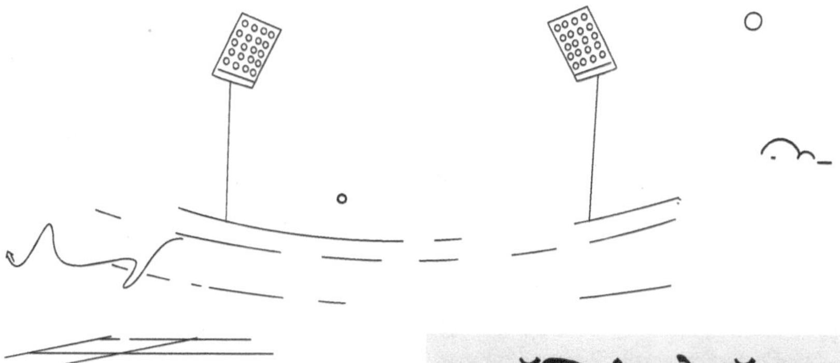

द बॉक्सिंग डे बॅटल!

रोमान्स... काय सेन्श्युअस शब्द आहे ना? नाही... अमेरिकनांसारखं 'रोमॅन्स' नका म्हणू... रोमान्स! अंगावरून मोरपीस फिरवावं तसा आठवण बनून अंगावर रोमांच उभा करणारा रोमान्स... पुण्याच्या गुलाबी थंडीत भर दुपारीसुद्धा एकत्र घेतलेल्या वाफाळत्या चहाची ऊब देणारा रोमान्स... चोरट्या कटाक्षांमधला रोमान्स... चुकूनच झालेल्या सुखद, पुसट हस्तस्पर्शांमधला रोमान्स... 'मला कळलंय सगळं' सांगणाऱ्या स्मितहास्यातला रोमान्स!

या वेळी बरेच वर्षांनंतर पुण्यात सलग बरेच दिवस गुलाबी म्हणावी तशी थंडी पडलीय (८-९ डिग्री म्हणजे पुण्यासाठी गुलाबीच!)... तेही ऐन डिसेंबरात! ही अशी थंडी पुणेकरांच्या एकूणच निवांत प्रकृतीला चांगलीच मानवते... सॉरी! हे थोडं भरकटत चाललंय का? 'बॉक्सिंग डे बॅटल' कुठे आणि आमची गाडी चाललीय कुठे? पण असू दे... आमच्या रोमान्सच्या परिभाषेत तेही येतंच! सांगायचा मुद्दा हा की, पुण्यात वाढल्यामुळे डिसेंबरमध्ये आमचा 'रोमॅन्टिकपणा' (याला प्लीज चांगला प्रतिशब्द सुचवा रे कोणीतरी!) उफाळून येतोच.

आमचा हा रोमान्स जरा वेगळा आहे. शाळेच्या दिवसांत 'एकदा जाऊन तर बघू' म्हणत मामाबरोबर 'सवाई'ला (पुण्याचा प्रसिद्ध 'सवाई गंधर्व महोत्सव') गेलो आणि नंतर सवयच झाली. उत्तररात्री राशिद खानचा चारुकेशी, शिवकुमारांचा किर्वाणी वा शुजात खानचा झिंझोटी ऐकून तृप्त झाल्यानंतर जसराजांचा अहिर भैरव आणि साक्षात अण्णांची भैरवी ऐकण्यासाठीच सूर्य लवकर उगवतो, अशी ठाम श्रद्धा असलेल्यांच्या संगतीत आमचा हा रोमान्स फुलला. तीन रात्री पंडित विजय कोपरकर, विश्वमोहन भट, बेगम परवीन सुलताना, मालिनी राजूरकर, अमजद अली खाँ अशा एक से एक दिग्गजांच्या स्वर-तालाच्या वर्षावात न्हाऊन, पहाटेच्या थंडीत हुडहुडत घरी यावं तर तिकडे गॅबा वा ॲडलेड ओव्हलवर ॲम्ब्रोस, वॉल्श, मार्क वॉ, मॅक्ग्रा, वॉर्न, सचिन, लारा, ॲलन डोनाल्ड यांसारख्या मातब्बरांनी वेगळाच समा बांधलेला असायचा.

एकीकडे रमणबागेवर केवळ अद्‌भुत अशी तोडी गायल्यावर अण्णा अभंगाला सुरुवात करताहेत... पखवाजावर भवानी शंकर आहेत... माउलींच्या हाती टाळ आहे... तंबोरे तंतोतंत सुरात जुळलेत आणि 'जो भजे हरि को सदा'चे स्वर लोण्याच्या गोळ्यातून गरम सुरी फिरावी तसे काळीज चिरत जाताहेत. आणि दुसरीकडे हिरव्यागार वॅकावर दोन विकेट्स गेल्यावर सचिन गार्ड घेतोय...साक्षात मॅक्ग्रा तो लाल गोळा सीमवर धरून हातात उडवतोय... मार्क टेलर, वॉर्न, मार्क वॉ अशा तीन स्लिप्स, गलीमध्ये स्लेटर, बॅकफुट पॉइंटला पाँटिंग आणि फॉरवर्ड शॉर्ट लेगला लँगर उभे आहेत... आणि मॅक्ग्राच्या गुडलेंग्थवरच्या आउटस्विंगरवर पाँटिंग आणि कव्हर्समधल्या स्टीव वॉच्या मधली गॅप चिरत सचिनचा कव्हर ड्राइव्ह सणसणत सीमेवरच्या होर्डिंग्जवर जाऊन थडकतोय.

या दोन्ही गोष्टीतला स्वर्गीय आनंद सारखाच! पुण्याच्या थंडीत हे अनुभव घेणं म्हणजे टिटलिसच्या माथ्यावर चांदण्या रात्री प्रेयसीचं चुंबन घेण्याइतकाच; किंबहुना, काकणभर जास्तच रोमॅन्टिक अनुभव! खरंतर अण्णांच्या स्वरातून अथवा सचिनच्या बॅटिंगमधून अनुभवायला मिळणारं अद्वैत हे प्रेमाच्याही पलीकडचं... आणि त्यांमधली लज्जत आणखी वाढवणारी पुण्याची थंडी!

एप्रिल-मेमध्ये गायक थोडे बेसूर गातात अथवा ऑक्टोबरमध्ये बॉलर्सना ती दिशा अन् टप्पा सापडत नाही असं नाही. पण स्वेटर-कानटोपी घालून सवाई ऐकणं आणि अर्धवट झोपेत दुलई घेऊन टीव्हीसमोर गाद्या टाकून घरातल्या सगळ्यांनी ऑस्ट्रेलियातल्या मॅचचा आस्वाद घेणं यातली मजा काही औरच!

एका अर्थी बघितलं तर या दोन्ही 'रोमान्सेस'चं मूळ एकच. 'सहनाभवतु सहनौ भुनक्तु' म्हणणाऱ्या आपल्या पूर्वजांना यातली गंमत बरोबर कळली होती. जे जे उत्तम, उदात्त, उन्नत आहे... त्याचा 'एकत्र' आस्वाद घेणासारखं दुसरं सुख नाही.

उद्या पहाटे साडेचारचा गजर लावून टीव्हीसमोर एकटे बसा. कितीही क्रिकेटवेडे असलात तरी मजा येणार नाही... अगदी गुलाबी थंडीतही! पण २५ डिसेंबरच्या रात्री तीन-चार मित्रांना बोलवा... रात्री उशिरापर्यंत गप्पांचा फड जमवा... बायकोला पहाटे उठवून चहा टाकायला सांगा आणि बघा कशी मजा येते! ऑस्ट्रेलियाची तिसरी विकेट पडल्यावर, नाही कोहलीच्या थाटात ××× म्हणत मित्राला टाळी दिलीत, तर सांगा! हीच तर परंपरांमधली गंमत आहे. पाडव्याला श्रीखंड, होळीला पुरणपोळी, तशी जुलैच्या पहिल्या वीकेंडला विंबल्डन फायनल आणि २६ डिसेंबरला बॉक्सिंग डे टेस्ट!

बघा... मेलबर्न क्रिकेट ग्राऊंड ८०-८५ हजार लोकांनी भरलेलं असेल... तोकड्या कपड्यांत सूर्यस्नान घेत हातात बिअर घेऊन प्रेक्षकांचा जल्लोष चालू असेल... पहिली गोलंदाजी असल्यास पांढरी गोल 'कॅनोपी' न घालता झाडून सगळे ऑसी खेळाडू 'बॅगी ग्रीन' घालून मैदानात उतरतील... इयन चॅपल, हिली, मार्क टेलर, डेव्हिड लॉईड कॉमेंटरी करत असतील... आपला ओपनर गार्ड घेताना त्याच्या स्पाइक्सची खरखर स्पष्ट ऐकू येईल...'दॅट्स वन लेग स्टंप' म्हणत अंपायर आपला उजवा हात खाली करत म्हणेल...'जंटलमेन... लेट्स प्ले'... आणि स्टार्क ती लालबुंद चेरी घेऊन धडधडत निघेल... जरूर बघा... कारण क्रिकेट क्रिकेट ज्याला म्हणतात ना... ते हेच!

ज्या कारणासाठी आपण नरकचतुर्दशीला ब्राह्ममुहूर्तावर उठून अभ्यंगस्नान करतो, त्याच कारणासाठी क्रिकेटजगताचे डोळे २६ डिसेंबरला मेलबर्नकडे असतात. कारण बॉक्सिंग डे टेस्ट ही केवळ ऑस्ट्रेलियाची नाही, तर क्रिकेटची परंपरा आहे. आषाढी एकादशीला फक्त पंढरपुरात यात्रा नसते... विठूच्या प्रत्येक देवळात ती भरते. पण आम्ही विठ्ठलवाडीला डोकं टेकतो ते 'पंढरीच्या रायाचा अंश' म्हणून! तसं बॉक्सिंग डेला जगात कुठेही कसलाही सामना होवो... आमचं लक्ष असणार मेलबर्नकडे!... तिथे भरणारी जत्रा खरी! ही खरी परंपरा!

एकदा परंपरा म्हटली की ती गोष्ट आपोआपच आपल्या रक्तात भिनते, आपल्या जगण्याचा एक भाग होऊन जाते. सर्वांत महत्त्वाचं म्हणजे एका चांगल्या कारणासाठी सर्वांना एकत्र आणते.

हां आता, 'पूर्वीचं क्रिकेट राहिलं नाही'चे सूर येणारच आणि आयुष्यात हातात बॅट न घेतलेले लोक त्या सर्वांत पुढे असणार! पण शेवटी क्रिकेट ही आमची *गृहिणी सचिवः प्रिय शिष्या* आहे हो!...'लाइफटाइम अफेअर' आहे आमचं... कधी दुःस्वास करतो... भांडणं होतात... रुसवेफुगवे चालू असतात... जून-जुलैमध्ये टेनिस... चार वर्षांतून एकदा फुटबॉलचा तिला सवतीमत्सर होतो... पण चैत्रात बायकोने नथ-नऊवारी नेसावी तशी क्रिकेटसुंदरी बॉक्सिंग डेला मेलबर्नच्या हिरव्याकंच शालूवर 'बॅगी ग्रीन'च्या पाचूचा आणि फ्लॅनेल्सच्या मोत्यांचा हार घालते... जेव्हा पांढरेशुभ्र सीगल्स तिच्या अंगावर दागिन्यांसारखे रुळतात... तेव्हा आम्ही पुनःपुन्हा तिच्या प्रेमात पडतो. अहो, शेवटी कधी काळी का होईना; पायात पॅड्स बांधून अंपायर - प्रेक्षकांच्या साक्षीनं तिच्याबरोबर रन्स काढल्या आहेत हो!

■■■

स्कूलिम्पिक्सचा सीझन – 'खुनशीचा सीझन!'

''शान्या... या वेळी सुट्टीत गोव्याला जाऊ चार दिवस... मस्त मासे, प्रॉन्स खाऊ!'' मी माझ्या नववीत गेलेल्या पुतण्याला म्हणालो.

''नाही काका... या वेळी नाही... आमची बॅडमिंटनची प्रॅक्टिस आहे.''

''अरे शान्या गोऽऽऽऽवा... मार्टिन्स कॉर्नर... मोर्जिमचे क्रॅब्स... फिशरमन्स कोव... ब्रीटोज....''

एरवी ही नावं घेतली की ईशानचे डोळे चमकायला लागतात. पण या वेळी... छे! पुन्हा साहेबांनी नकारार्थी मान हलवली. ''Dude what's wrong with you? गोव्याला नाही म्हणतोयस?''

''अरे, आमची बॅडमिंटनची टीम पूर्ण सुट्टीत वीक डेजला प्रॅक्टिस करतेय. या वेळी स्कूलिंपिक्सला काहीही करून फायनल मारायची आहे. गेल्या वेळी सिम्बीने आम्हांला 'टाकला' होता... या वेळी बदला! आपण स्कूलिम्पिक्सनंतर नक्की जाऊ गोव्याला... पण आधी ही 'खुन्नस' काढायची आहे. Till then no Goa, no nothing.''

'खुन्नस काढायची आहे,' म्हणताना ईशानच्या डोळ्यांत वेगळीच चमक दिसत होती. ही भूक सी फूडच्या भुकेपेक्षा खूप वेगळी होती आणि ती या वेळी भागणं सगळ्यांत महत्त्वाचं होतं. गोव्याला जायला सदोदित एका पायावर तयार असलेलं ते पोरगं ती खुन्नस काढण्यासाठी त्याग करायला तयार होतं. 'ज्जे बात है'... त्याला म्हणालो... ''काढ तुझी खुन्नस!''

शाळा सुरू झाल्या... पावसाळा संपला की वाटतं आता 'स्कूलिम्पिक्सचा सीझन' सुरू होणार... शाळांची ग्राउंड्स पुन्हा गजबजणार... मिसरूडसुद्धा न फुटलेली पोरं शाळेच्या जर्सी अभिमानानं मिरवत सायकलवरून आणि बसेसमधून हिंडताना दिसणार... खरचटलेली ढोपरं, फापसलेले गुडघे मेडल्ससारखे मिरवले जाणार... दुसऱ्या दिवशीच्या पेपरात आपलं नाव आलंय का, हे उत्सुकतेनं पाहिलं जाणार... आयोडिन, रेलि स्प्रे यांचा वास येणार... कुठल्या शाळेने कोणाला कसा 'टाकला' याच्या गप्पा सुरू होणार... आता स्कूलिम्पिक्सचा 'खुनशीचा सीझन' येणार!

शाळा-कॉलेजच्या काळातल्या सर्वांत 'चेरिश्ड' आठवणी काही असतील तर आंतरशालेय सामन्यांच्या! आधी शाळेचं प्रतिनिधित्व करायला मिळणं हीच अभिमानाची गोष्ट! त्यातून तुमच्या शाळेचा कोणी 'पारंपरिक' प्रतिस्पर्धी असेल तर विचारायलाच नको. या 'खुनशीच्या सीझन'मध्ये एक गोष्ट आवर्जून करा. कुठल्याही खेळाच्या आंतरशालेय सामन्यांना जा... बघा, छोटी-छोटी पोरं-पोरी काय खुनशीनं भिडतात... चिअरिंग काय करतात... स्लेजिंग काय करतात... जिवाचं रान करून मातीवर डाइव्ह काय मारतात... दातओठ खाऊन कचकावून स्मॅश काय मारतात... हरल्यावर उद्ध्वस्त झाल्यासारखे हावभाव काय करतात... जिंकल्यावर जल्लोष काय करतात!

...आणि त्यांच्याकडून हे सगळं करवून घेत असते ती खुन्नस! खुन्नस म्हटलं की नजरेला भिडलेली नजर आली... तू मोठा की मी वरचढ, ही अहमहमिका आली... पहिला वार कोणाचा ही उत्सुकता आली... डावपेच आले... तळपणाऱ्या तलवारी आल्या... सुसाटणारे बाण आले... अपार कष्ट आले... टीमवर्क आलं... द्वंद्वयुद्ध आलं... पराभवाची जखम आली... आणि जिंकल्याचा उन्मादही आला!

खुन्नस म्हणजे दोन व्यक्ती किंवा संघांतली ती ईर्ष्या... ती स्पर्धा... जी दोन्ही बाजूंना आपलं सर्वस्व पणाला लावायला भाग पाडते. हेच अनुभव मुलांना आयुष्यभर प्रेरणा देतात. टीमवर्क, लीडरशीप, इनिशिएटिव्ह, एम्पथी यांसारख्या मॅनेजमेंट तत्त्वांची

बीजं रुजतात ती या स्पर्धांमध्ये! या सगळ्या गोष्टींचा समुच्चय म्हणजेच स्पोर्ट्समन स्पिरीट!

क्रिकेट, फुटबॉल, व्हॉलिबॉल, बॅडमिंटन, टेबल-टेनिस... कुठल्याही खेळाच्या मैदानावर... विशेषतः अंतिम सामन्यात दोन कसलेले संघ समोरासमोर आल्यावर जी काय खुन्नस देतात, जी काय ऊर्जा आणतात, ती क्रिकेटमधली भारत-पाकिस्तान, इंग्लंड-ऑस्ट्रेलिया; फुटबॉलमधली ब्राझील-अर्जेंटिना, आर्सेनल-चेल्सी; बोट रेसिंगमधली ऑक्स्फर्ड-केंब्रिज वगैरे खुनशीपेक्षा अजिबात वेगळी नसते. अरे, अशी स्पर्धा असते म्हणूनच एखादा जावेद मियाँदाद शेवटच्या चेंडूवर अविश्वसनीय षटकार मारतो किंवा एखादा जुगराज सिंग सोहेल अब्बास यांसारख्या कसलेल्या 'ड्रॅग फ्लिकर'चा सणसणीत फटका सरळ आपल्या छातीवर झेलतो.

पण एक लक्षात घ्या... फेडरर-नदाल, बोर्ग-मॅकॅन्रो, फिशर-स्पास्की, सचिन-वॉर्न, जो फ्रेझर-मुहंमद अली, शुमाकर-अलोन्सो, कुठल्याही 'खुनशी' जोड्यांत दोन गुण समान आहेत. एक म्हणजे, दोघांचा वेगळेपणा आणि दुसरा म्हणजे, परस्परांविषयीचा आदर. म्हणूनच बोर्ग निवृत्त झाल्यावर मॅकॅन्रोच्या यशाची लज्जत कमी झाली, सेलेसला आपल्याच एका चाहत्यानं जखमी केल्याचं स्टेफी ग्राफला दुःख झालं आणि सँप्रासच्या शेवटच्या सामन्याच्या वेळी अगासीच्या डोळ्यांत पाणी आलं.

खुन्नस... मग ती अमेरिका-चीनमधल्या ऑलिंपिक्स वर्चस्वाची असो वा आंतरशालेय स्पर्धांत वर्षानुवर्षं अंतिम फेरीत लढणाऱ्या शाळांची; मैदानावर नेहमीच नवनवीन विक्रम-पराक्रम घडवत राहील! अशा छोट्यातल्या छोट्या खुनशीचा एक भाग बनता आलं तरी स्वतःला भाग्यवान समजावं. फक्त एक गोष्ट नक्की माहिती हवी की, त्वेषानं खेळलेल्या सामन्यानंतर आपल्या 'खुनशी' प्रतिस्पर्ध्याबरोबर निवांत गप्पा मारत फक्कड चहा घेता यायला हवा!

■■■

आमचे मॅनेजमेंट गुरू

क्रिकेट हा खरंतर केवढा क्लिष्ट खेळ!

ऑफस्टंपच्या बाहेर चेंडू पॅडला लागला तर काय होतं?

स्क्वेअर कट आणि स्क्वेअर ड्राइव्ह यांच्यातलं साम्य वा फरक कोणता?

ग्लान्स कुठे संपतो आणि लेट कट कुठे सुरू होतो?

हुक आणि पुल यांना जोडणारा पूल कोणता?

ऑफकटर काय आणि ऑफब्रेक कुठला?

खात्या हातानं टाकणारा तो ऑफस्पिनर आणि धुत्या हातानं टाकणारा 'ऑर्थोडॉक्स' असा प्रतिगामी विचार कोणी मांडला?

डकवर्थ लुईस यांना काय चावलं होतं म्हणून त्यांनी अशी आकडेमोड केली?

एक ना दोन - हजार प्रश्न क्रिकेट समजू इच्छिणाऱ्याला पडतात.

नियमांतली क्लिष्टता कमी म्हणून की काय; हा खेळ पाच-पाच दिवस खेळतात. खेळपट्टी बदलते, चेंडू बदलतो, परिस्थिती बदलते... इतकंच काय; ४०० धावा एखाद्या सामन्यात 'म्होप' असतील तरी दुसऱ्या सामन्यात अपुऱ्या पडतात. थोडक्यात काय; तर क्रिकेट हा मैदानाइतकाच मैदानाबाहेर खेळला जातो. अगदी मर्यादित षटकांच्या

सामन्यांतदेखील एखादा 'पॉवर प्ले', 'पिंच हिटर' म्हणून पाठवलेल्या फलंदाजानं १५ चेंडूंत केलेल्या २७ धावा किंवा अनपेक्षितपणे एखाद्या 'पार्टटाइम' गोलंदाजानं घेतलेला महत्त्वाचा बळी सामन्याचा नूर पालटू शकतात, तेव्हा क्रिकेटमधल्या योजकाचं - कप्तानाचं महत्त्व अधोरेखित होतं. गेल्या वीसेक वर्षांतल्या यशस्वी कप्तानांचा आणि प्रशिक्षकांचा वेध घेतला तर असं लक्षात येईल की, आजकाल उद्योगांत सर्रास वापरली जाणारी मॅनेजमेंटची आणि लीडरशीपची तत्त्व या लोकांनी साक्षात आचरणात आणली आणि आपल्या संघाच्या उभारणीत आणि यशात असाधारण कामगिरी बजावली.

मला आठवणारं सर्वांत जुनं क्रिकेट म्हणजे १९८७चा विश्वकरंडक. ऑस्ट्रेलिया अजून क्रिकेटमधली महासत्ता व्हायची होती. त्यांचा कर्णधार ॲलन बोर्डर हा आताच्या हिशेबानं क्रिकेटपटू कमी आणि पुण्यातल्या कार्यालयातल्या केटररसारखा अधिक वाटायचा; क्षेत्ररक्षकाला सूचना देतानाचा आविर्भावसुद्धा 'इकडे मसालेभात आणि अळूभाजी घे रे' अशाच थाटाचा!

बोर्डरच्या नेतृत्वात काय, फलंदाजीत काय किंवा एकंदरच व्यक्तिमत्त्वात काय; आकर्षक असं काहीच नव्हतं. तज्ज्ञ म्हणतात की, बोर्डरने त्याच्या ११ हजार १७४ कसोटी धावा इन-मीन-तीन फटक्यांवर कमावल्या. एरवी डावखुऱ्या फलंदाजाची खासियत असलेली शैली बोर्डरमध्ये शोधायला जाल तर कतरीना कैफमध्ये अभिनयकौशल्य शोधण्यासारखं होईल!

पण, याच बोर्डरने ऑस्ट्रेलियाच्या क्रिकेट वर्चस्वाची खऱ्या अर्थानं पायाभरणी केली होती. पोराला बाईक घ्यायला बापानं बसचे पैसे वाचवावेत तसा अनुभव मिळवण्यासाठी पोरांना पुढे पाठवून बोर्डर नेहमी पाच-सहा नंबरला फलंदाजी करत राहिला. वेळप्रसंगी बापासारखाच खंबीरपणे त्यांच्या मागे उभा राहिला. शक्य तेव्हा बॅटबरोबरच बॉलनीसुद्धा संघाच्या यशात योगदान देत राहिला.

पॅकर सर्कसनंतर शून्यातून संघबांधणी करून सिंप्सन आणि बोर्डर यांनी ऑस्ट्रेलियाला विश्वविजयी संघ केलं. पन्नासच्या सरासरीनं १५६ कसोटींमध्ये काढलेली २७ कसोटी शतकं बोर्डरच्या कर्तृत्वाची साक्ष देतात. त्याची परदेशातली सरासरी ऑस्ट्रेलियातल्या सरासरीपेक्षा तब्बल दहानं जास्त होती... दुसऱ्या डावात ऑस्ट्रेलिया पिछाडीवर असताना आठ शतकं काढलेली होती आणि दहापैकी नऊ बोटांची हाडं कधी ना कधीतरी मोडलेली होती! 'चॅनेल नाईन' दर वर्षी करार केलेल्या खेळाडूंची माहिती प्रकाशित करतं. अनेक वर्षं बोर्डरच्या 'प्लेअर प्रोफाइल'मध्ये दोन उत्तरं कधीच बदलली नाहीत –

Likes? : 'Being part of the Australian cricket team.' आणि

Dislikes? : 'Losing.'

बोर्डरमध्ये तसं पाहिलं तर नैसर्गिक नेतृत्वगुण नव्हते. पण वरच्या दोनच गोष्टी त्याच्यासाठी ऑस्ट्रेलियाचं नेतृत्व करायला आणि कितीही प्रतिकूल परिस्थितीतून संघाला विजयी करायला पुरेशा होत्या. बाकी बोटं मोडणं वगैरे गोष्टी होत राहतात हो!

आपला दुसरा कप्तान तर नेता म्हणूनच जन्माला आला. क्रिकेटच काय; त्याने आयुष्यात काहीही केलं असतं तरी तो नेताच झाला असता... आणि तसा तो झालाही! संघबांधणी (Team building), संघाला प्रेरणा देणं, बिकट प्रसंगी स्वतः पुढाकार घेऊन संघाला मार्ग दाखवणं (Leadership in crisis situations), आपल्या कामगिरीचा आदर्श घालून देणं (Leading by example), संघाला सर्वोत्तम खेळ करायला प्रवृत्त करण (Bringing the best out of your team)... असं कुठलं लीडरशीप प्रिन्सिपल आहे, जे इम्रान खानने १९९२च्या विश्वकरंडकात दाखवून नाही दिलं?

इम्रान महान ऑलराऊंडर होता... शैलीदार फलंदाज, अप्रतिम गोलंदाज, शिवाय एक महान कप्तान! १९९२मध्ये त्याच्या साथीला जावेद मियांदादसारखा लढवय्या; रमीज राजा, सलीम मलिक यांसारखे अनुभवी साथीदार; अक्रम, इंझी यांसारखे तरुण तुर्क असे सगळे घटक होते; पण त्याचबरोबर पाकिस्तानला नेहमी भेडसावणारा शापही होता... सातत्याच्या अभावाचा!

पाकिस्तानची सुरुवातही वाईट झाली होती. पहिल्या पाच सामन्यांत एकच विजय मिळवता आला होता. पुढचे तीन सामने जिंकूनही त्यांची धावगती ऑस्ट्रेलियापेक्षा वाईट होती. इंग्लंडविरुद्ध ७४ धावांत खुर्दा उडाल्यावर पाऊस आला नसता, तर पाकिस्तानला पुढचं विमान पकडावं लागलं असतं. त्या सामन्यात मिळालेल्या एका गुणावर पाकिस्तान उपांत्य फेरीत गेलं. And the rest, as they say, is history!

नंतरच्या सामन्यांत इम्रान स्वतः तीन नंबरला खेळला... प्रत्येक डावाला आकार दिला. गोलंदाजीतले बदल जमून येऊ लागले. तिथेही तो स्वतः खूप मोठी जबाबदारी पार पाडत होता. न्यूझीलंडविरुद्ध इंझी आणि जावेद यांनी स्वप्नवत विजय मिळवून दिल्यावर अंतिम सामन्यात २ बाद २४ अशा परिस्थितीत... इम्रान आणि जावेद एकत्र आले आणि त्या दडपणाखाली आपलं 'मेटल' दाखवून देत जावेदबरोबर त्याने १३९ धावांची अमूल्य भागीदारी केली. अक्रमच्या फटकेबाजीनं अडीचशेचं लक्ष्य इंग्लंडसमोर ठेवलं आणि मग अक्रमनीच बोथम आणि स्ट्युअर्टला बाद करून त्यांची

हवा काढून घेतली. इम्राननं त्याच्या वयाच्या ३९व्या वर्षी विश्वकरंडक उंचावणं हा एका महान खेळाडूला आणि एका महान नेत्याला मिळालेला सर्वांत मोठा सन्मान होता.

नेतृत्वाबद्दल बोललो आणि Dimple cheeks captain cool अर्जुना रणतुंगाचा उल्लेख झाला नाही असं होईल का? ड्वाइट आइझेनहॉवर म्हणाला होता – 'Leadership is the art of getting someone else to do something you want done because he wants to do it.' १९९६चा विश्वकरंडक हे रणतुंगाच्या नेतृत्वगुणांचं शोकेस होतं. तेव्हा एकतर खेळाडू आजच्याइतके आक्रमक नव्हते (विशेषतः खेळाबाहेर)... तेव्हा मुरलीला चेंडू फेकण्याबद्दल नो बॉल दिलेल्या डॅरेल हेअरशी वाद घालणारा रणतुंगा निश्चितच अपवाद होता.

रणतुंगा केवळ आपल्या सहकाऱ्यांच्या पाठीशी खंबीर उभा राहायचा असं नाही, तर निश्चित कामं वाटून देऊन (Delegation) एकदिलानं खेळून विजय मिळवण्यासाठी संघाला स्फूर्ती (Motivation) द्यायचा. उपखंडातला १९९६चा विश्वकरंडक सर्वोत्तम फलंदाजी करणारा संघ जिंकणार, हे सूर्यप्रकाशाइतकं स्वच्छ होतं. त्याबाबतीत श्रीलंकेचं होमवर्क चोख होतं (Market sizing)... रणतुंगाची रणनीती बिनतोड होती... जयसूर्याबरोबर आघाडीला नवोदित कालुविथरणा होता. दोघांनाही मारामारीचं लायसन्स दिलेलं होतं. त्यात पहिला वार कालुविथरणाचा... त्याने हेल्मेटबरोबर डोकंही काढून ठेवल्यागत हाणामारी करायची... पहिली विकेट लवकर पडलीच तर असंका गुरुसिंघेने बूच लावायचं काम करायचं होतं. मधली फळी सांभाळायला अरविंदा डिसिल्व्हासारखा खंदा वीर होता. हवं तेव्हा अभेद्य बचावाची तटबंदी उभारून हवं तेव्हा तुटून पडणारा... आणि खालच्या फळीत तिलकरत्ने आणि महानामाबरोबर स्वतः अर्जुना परिस्थितीनुरूप डॅमेज कंट्रोल किंवा फायनल ऑफेन्सिव्ह करायचा... गोलंदाजीत समोरच्या फलंदाजाला सुरुवातीला जखडायचं काम वाझचं होतं आणि मधल्या षटकांमध्ये धावा आटवायला मुरली होता. प्रत्येकाला आपलं काम नेमून दिलेलं होतं आणि त्या एका मालिकेत ही भट्टी झकास जमून आली. कुठल्याही संघाला जराशीही संधी न देता रणतुंगाने बेनझीर भुट्टोंच्या हस्ते विश्वकरंडक उंचावला, तेव्हाच अर्जुना रणतुंगा हे नाव क्रिकेटच्या सर्व काळच्या सर्वोत्तम कप्तानांमध्ये नोंदलं गेलं.

रणतुंगा अटीतटीच्या वेळी मागे हटणारा मुळीच नव्हता. मॅक्ग्रा, फ्लेमिंग, वॉर्नला अंतिम सामन्यात त्यानं ज्या पद्धतीनं हाताळलं ती त्याच्या नेतृत्वगुणांची पावती! वॉर्नच्या 'बीमर'वर पुलचा चौकार मारल्यानंतरचा रणतुंगाचा चेहरा आठवा... 'तुझी जागा तीच

आहे' असं सांगणारा! जणू काही त्याच वर्षी मुरलीवर झालेल्या (कथित) अन्यायाचा झाडा अर्जुना त्याच्या पद्धतीनं घेत होता. एरवी कसोटी आणि वन डे दोन्हींमध्ये ३५च्या सरासरीनं धावा काढणारा रणतुंगा हा तितक्या सातत्यानं यशस्वी ठरला नाही. पण त्या एका स्पर्धेत डिसिल्व्हा, जयसूर्या आणि इतर सवंगड्यांच्या साथीनं रणतुंगाने जो विजय मिळवला, तो मात्र अविस्मरणीय!

या मांदियाळीत एका नावाचा राहून-राहून उल्लेख करावासा वाटतो, तो म्हणजे हॅन्सी क्रोनएचा. बॉब वूल्मरसह त्याने १९९४-९५ ते १९९९पर्यंत क्रिकेटमध्ये जे काही नवीन पायंडे (चांगल्या अर्थानं) पाडले ते क्रिकेट बदलणारे होते. पॅट सिमकॉक्सला 'पिंच हिटर' म्हणून वापरणं असो; क्लूसनर, कॅलिस, मॅक्मिलन, पोलॉक, स्वतः अशी ऑलराऊंडर्सची फौज तयार करणं असो; यष्टिरक्षकाने स्टंप्समागे उभं राहून 'थ्रो' घेण्यापेक्षा स्टंप्सपुढे उभं राहून चेंडूला दिशा देऊन रनआऊट करण्याची कल्पना असो; बॉलर (नकळत) मध्ये आला म्हणून रनआऊट दिलेल्या प्रभाकरला परत बोलावणं असो, वा इंग्लंडविरुद्ध दोन डाव 'फोरफिट' करून कसोटी निकाली ठरवण्याचा केलेला प्रयत्न असो (आफ्रिका ती कसोटी हरली होती)... एक काळ असा होता की, आम्ही क्रोनएच्या कप्तानीच्या आणि वूल्मरच्या 'लॅपटॉप स्मार्ट' रणनीतीच्या प्रेमात पडलो होतो. पण प्रेयसीचा भूतकाळ काळाकभिन्न निघावा आणि स्वप्नांचा चक्काचूर व्हावा तसं त्याच्यावरचे आरोप सिद्ध झाल्यावर वाटलं होतं. क्रोनए आणि वूल्मर दोघांचा जो हृदयद्रावक अंत झाला तो काव्यात्म न्याय (Poetic justice) तर नव्हता?

असो! वूल्मर आणि क्रोनए या जोडगोळीनं क्रिकेट एका अर्थी खूप आकर्षक बनवलं. एका नेत्याचा महत्त्वाचा गुण इनोव्हेशन त्यांनी पुरेपूर रुजवला, यात मात्र शंका नाही.

आता पुढच्या कर्णधाराकडे वळण्याआधी हा प्रसंग आठवा... १९९९च्या वर्ल्ड कपचा उपांत्य सामना... आफ्रिका ९ बाद २०५... शेवटच्या षटकात नऊ धावांची गरज आणि एकच विकेट हातात... पण 'मॅन ऑफ द सीरीज' लान्स क्लूसनर खेळतोय... तेही १२ चेंडूंत २३ धावा काढून... फ्लेमिंगचा सामना करतोय. पहिले दोन चेंडू त्याने सीमेपार धाडले... एक कव्हर्स तर दुसरा वाईड लॉंगऑफला! संपलाच की खेळ... चार चेंडू आणि एकच धाव जिंकायला... आता नक्की लॉर्ड्सवर पाकिस्तान आणि आफ्रिका झुंजणार!

ऑस्ट्रेलियाचा कर्णधार फक्त आपल्या लोकांना दोन्ही हातांच्या पहिल्या बोटांनी 'आत या' अशी खूण करतो... त्याचा चेहरा नेहमीसारखाच निर्विकार... आत चालू असलेल्या वादळाची पुसटशी कल्पनादेखील येऊ नये कोणाला इतका... नऊ क्षेत्ररक्षक ती एक धाव अडवण्यासाठी वाघासारखे टपलेले... फ्लेमिंगचा पुढचा चेंडू डॉट पडतो... ३ चेंडू १ धाव... तरीही आवाक्यातच!... पण क्लूसनर पुढचा चेंडू मिडऑफला मार्क वॉकडे मारून पळत सुटतो... डोनाल्ड हलत नाही... फ्लेमिंग गिलख्रिस्टकडे चेंडू टाकतो आणि डोनाल्ड धावबाद होऊन क्रिकेटची एक नवी कंपनी जन्माला येते 'ऑस्ट्रेलियन क्रिकेट इन्कॉर्पोरेटेड'! सीईओ - स्टीवन रॉजर वॉ!... आणि अर्थात जॉन बुकानन!

१९९७मध्ये एक दिवसीय आणि १९९९मध्ये कसोटी संघाचं नेतृत्व हाती आल्यावर स्टीव वॉने क्रिकेटची अनेक समीकरणं बदलली. सातत्य, अपेक्षेपेक्षा उत्तम कामगिरी सतत करणं (Delivering beyond expectations), क्रिकेट खेळण्याची पद्धत बदलणं (Redefining the business), हाती असलेल्या सहकाऱ्यांच्या गुणांचा पुरेपूर उपयोग (Maximum utilisation of available resources), स्वतःसह सहकाऱ्यांच्या कौशल्याला पैलू पाडणं (Talent Management), सर्वोत्तमतेचा ध्यास घेणं (Pursuit of Excellence), पुनःपुन्हा स्वतःचेच विक्रम मोडणं, असे अनेक आयाम स्टीव वॉने ऑस्ट्रेलियन क्रिकेटला दिले.

पाँटिंग, मार्क वॉ, हेडन, गिलख्रिस्ट, मॅक्ग्रा, वॉर्न असे दिग्गज खेळाडू संघात असताना ऑस्ट्रेलिया एक दिग्गज संघ झाला नसता तरच नवल होतं. पण पुन्हा तिथे 'योजकस्तत्र दुर्लभः' आहेच! स्टीव वॉच्या नेतृत्वानं एका अत्युकृष्ट संघाला एक महान संघ केलं! दोन-चार नाही, तर सलग १६ कसोटींत या संघानं प्रतिस्पर्ध्यांना धूळ चारली. वॉ खेळलेल्या १६८ कसोटींतल्या ५७मध्ये तो कर्णधार होता. त्यांपैकी ४१ सामन्यांत त्याने विजय मिळवला आणि केवळ ९ सामन्यांत पराभवाचा सामना केला.

पाँटिंगने त्याची परंपरा पुढे चालवली आणि वाढवली यात वादच नाही. पण हेन्री फोर्डनंतर फोर्डचा सीईओ कोण झाला हे कोणाला माहीत आहे? चंद्रावर पहिला उतरणारा नील आर्मस्ट्राँग... दुसऱ्या एडविन आल्ड्रिनबद्दल कोणाला उत्सुकता असणार? पुन्हा मैदानावरच्या काही कृत्यांमुळे पाँटिंग क्रिकेटप्रेमींच्या 'ऑल टाइम फेव्हरिट' कप्तानांच्या यादीतून वगळला गेला... निदान माझ्या तरी!

आमचा सर्वांत आवडता कर्णधार म्हणजे, ऑफ कोर्स द प्रिन्स ऑफ कलकत्ता (आताचे कोलकाता)... सौरव चंडीदास गांगुली! समजा, कोणाचा एक मुलगा डॉक्टर आणि एक इंजिनिअर आहे... ते आपापल्या क्षेत्रांत यशस्वी आहेतच... तिसऱ्याकडे तशी 'डिग्री' नाहीये... पण पोरगा खूप धडपड्या आहे... चुणचुणीत आहे... एक दिवस नक्की नाव काढेल असा बापाला विश्वास वाटतो ना, तसा तमाम भारतीयांना दादाबद्दल वाटायचा. दादा आहे, म्हणजे तो नक्की काहीतरी युक्ती करून मॅच जिंकून देईल! बॅटिंगमध्ये नाही तर कॅप्टन्सीने... दादा आहे, म्हणजे काहीतरी चमत्कार घडवेल अशीच मुळी धारणा होती.

...आणि आमचा दादा होताही तसाच हो! तो 'क्रिकेटचा देव'ही नव्हता आणि अपार कष्ट करून 'भारताची भिंत' होण्याचीही त्याची क्षमता नव्हती. कोणी म्हणे, त्याला आखूड टप्प्याचा चेंडू खेळता येत नाही. कोणी त्याच्या 'ॲटिट्यूड'वर टीका केली... कोणी त्याच्या फिल्डिंगची चेष्टा केली... पण त्याच वेळी कोणी त्याला 'ऑफसाइडचा देव' म्हणायचे... कोणी त्याच्या संघबांधणीच्या कौशल्याची तोंड फाटेस्तोवर स्तुती करायचे... कोणी आपल्या यशाचं श्रेय त्याने टाकलेल्या विश्वासाला द्यायचे!

दादा 'दादा' होता!

लक्ष्मणसारख्या ज्येष्ठ खेळाडूने मोक्याच्या क्षणी मिसफिल्ड केल्यावर भर मैदानात त्याला 'क्या ×× मरा रहा है क्या?' म्हणून ओरडणारा दादा...

नवोदित गोलंदाजाला तीन चौकार बसले तर त्याच्या खांद्याभोवती हात टाकून त्याला धीर देणारा दादा...

स्टीव्ह वॉला टॉससाठी थांबायला लावणारा दादा...

त्याच्या सर्वोत्तम फॉर्ममध्ये असणाऱ्या पोलॉकला पुढे येऊन आडव्या बॅटीने कव्हर्सवरून भिरकवणारा दादा...

विकेट मिळाल्यावर धावत जाऊन जल्लोष करणारा दादा (या वेगात तो रन काढताना पळत असता तर...) ...स्पिनर्सची पिसं काढणारा दादा...

मैदानाबाहेर षटकार खेचणारा दादा...

लॉर्ड्सच्या बाल्कनीत ३२४ धावांचा यशस्वी पाठलाग केल्यानंतर शर्ट फिरवत उघड्या अंगानं इंग्लंडला त्यांच्याच बालेकिल्ल्यात, त्यांच्याच भाषेत उत्तर देणारा दादा!

दादा कर्णधार होण्याआधी बीसीसीआयने जाहिरात दिली होती म्हणे...

पाहिजे : एक तारणहार

पात्रता : समुद्रातून मार्ग काढण्याची क्षमता... पाण्यावर चालता येत असल्यास प्राधान्य!

कामाचे स्वरूप : तुमच्या पसंतीशी सुतराम संबंध नसलेल्या, अपेक्षांचे प्रचंड ओझे असलेल्या, थोड्याफार कुशल, अजिबात 'बॅक-अप' नसलेल्या संघाला ताबडतोब जिंकायला शिकवणे!

कार्यकाळ : चेष्टा करताय काय? तुम्ही टिकाल तोपर्यंत!

अशा परिस्थितीत दादा कर्णधार झाला. दादा काही फार मोठा मुत्सद्दी होता असं नाही. काहीतरी अफलातून डावपेच लढवून त्याने सामने जिंकले असंही नाही. पण त्याने

एका 'टीम ऑफ चँपियन्स'ला एक 'चँपियन टीम' बनवलं... निदान ती वृत्ती, ती जिगर तर रुजवलीच रुजवली. सच्या बाद झाल्यावर गुमानपणे टीव्ही बंद करून आपापल्या कामाला लागण्याच्या सवयीतून आपल्याला बाहेर काढलं ते दादानेच. युवी, सेहवाग, भज्जी, धोनी, रैना, झहीर अशा गुणी खेळाडूंना पंखांखाली घेऊन दादाने एक मजबूत संघ घडवला. टॅलेंटपेक्षा महत्त्वाची असते ती जिंकण्याची तीव्र इच्छा... संघभावना... देशासाठी खेळण्याचा अभिमान...लढाऊ वृत्ती... शेवटपर्यंत हार न मानणं... १००% प्रयत्न करणं! आणि हेच गुण दादाने भारतीय क्रिकेटमध्ये रुजवले.

पूर्णपणे परिणामकेंद्रित (Result Oriented) कार्यशैली हे दादाचं वैशिष्ट्य. आपले खेळाडू समोरच्याच्या नजरेला नजर भिडवून... त्यांना खुन्नस देऊन खेळायला शिकले ते दादामुळे... 'आपण कुठेही कोणाहीविरुद्ध जिंकू शकतो' हा विश्वास निर्माण केला तो दादानेच... भारतीय क्रिकेट संघाचा कर्णधार होणं हा खरंतर काटेरी मुकुटच; पण दादाने तो सांभाळलाच नाही, तर तो अभिमानानं मिरवलाही!

दादाच्या काळात भारतीय संघ आक्रमक झाला होता खरा; पण तरीही अपेक्षित स्थैर्य आणि सातत्य यांचा अभावच होता. पहिला ट्वेंटी-ट्वेंटी वर्ल्ड कप धोनीने उंचावला तेव्हा हा झारखंडचा झिपऱ्या भारतीय क्रिकेटला शिखरावर घेऊन जाईल असं वाटलं नव्हतं.

पण, २००६मध्ये ग्रेग चॅपल एकदा किरण मोरेला म्हणाला होता – "He has such a fantastic reading of the game. He is a future captain." क्रिकेटच्या सर्वांत झटपट प्रकारात धोनीसारख्या नवोदित कर्णधाराला काही संधी आहे असं मानायला कोणीच तयार नव्हतं. त्यात सचिन, सौरव, राहुल यांसारख्या दिग्गजांनी आधीच माघार घेतलेली. गंभीर, रॉबिन उथाप्पा, रोहित शर्मा, यूसुफ पठाण, जोगिंदर शर्मा... सगळीच नावं नवी होती. पण धोनीने प्रत्येक मोक्याच्या वेळी 'क्रिटिकल' खेळी खेळण्यासाठी प्रत्येकाला प्रोत्साहित केलं. मग तो युवराजने ब्रॉडवर केलेला अत्याचार असो; गंभीर, उथाप्पा, रोहित शर्माची अर्धशतकं असोत; श्रीशांतचं अत्यंत महत्त्वाच्या वेळी हेडनला टाकलेलं निर्धाव षटक असो वा कळस म्हणजे अंतिम सामन्यात शेवटचं षटक जोगिंदर शर्माला देणं असो; प्रत्येकात धोनीचा येनकेनप्रकारेण सहभाग होताच. नाहीतर त्या ओव्हरच्या आधी (आणि नंतरही खरंतर) जोगिंदर शर्मा कोण होता?

पण धोनीचं वेगळेपण यात नाही... सामन्यानंतर धोनी जाहीरपणे म्हणाला, "Wanted Harbhajan (Singh) to bowl the last over. But he wasn't confident that he could do it. Joginder said he would do it. He had the confidence. I gave him the ball.'' कुठला भारतीय कर्णधार सगळ्यांसमोर इतक्या खुलेपणानं बोलला असता? धोनीच्या कप्तान म्हणून आफ्रिकेविरुद्धच्या पहिल्या कसोटी विजयानंतर (तेव्हा तो प्रभारी कर्णधार होता) करंडक घेण्यासाठी तो स्वतः गेला नाही... त्याने कर्णधार अनिल कुंबळेला पाठवलं! हा प्रसंग धोनीची नम्रता नव्हे तर आत्मविश्वास दाखवणारा होता. आपल्या पहिल्या कसोटी विजयाचं श्रेय त्याने ज्येष्ठ खेळाडूला घेऊ दिलं; याचं कारण त्याला आत्मविश्वास होता, की करंडक उंचावण्याचे असे अनेक प्रसंग त्याला पुढे मिळणार आहेत! म्हणूनच आमच्या मॅनेजमेंट गुरूंमधलं नवं कोरं करकरीत नाव - महेंद्रसिह धोनी!

मध्यंतरी एका लेखात वाचलं होतं... अमिताभच्या *मैं आज भी फेंके हुए पैसे नही उठाता, सेठ*नं मनात स्वाभिमान रुजवल्याचं... अहो, आम्हीपण हापिसात दादाचं नाव घेतो आणि डायरेक्टरला बिनधास्त सांगतो, 'तू दिलेली टार्गेट्स अनरिॲलिस्टिक आहेत.' एखाद्या नवीन पोराला समजावताना कुठेतरी इम्रान डोक्यात असतो... टीमला कामं वाटून देताना कुठेतरी रणतुंगाचे संस्कार झालेले असतात... ऐन स्प्रिंटच्या मध्ये काही गोची झाली तरी थोरल्या वॉसाहेबांचं स्मरण करतो... सेल्समध्ये सतत नवनवीन प्रयोग करण्याची प्रेरणा कुठेतरी क्रोनएने दिलेली असते... आणि माहीला बघूनच पहिल्या डीलवर प्रॉडक्ट मॅनेजरला सही करू द्यायची कल्पना सुचलेली असते!

आणि तुम्ही काय म्हणता राव... की क्रिकेट फक्त एक खेळ आहे!

■■■

ऑपरेशन डेझर्ट स्टॉर्म!

गोष्ट तशी जुनी... म्हणजे तितकीही जुनी नाही; पण तरीही आजच्या मानानं जुनीच! पूर्वी - म्हणजे फेसबुक अस्तित्वातही नव्हतं, तेव्हा आयफोन, आयपॅड सोडाच - आयपॉडही नव्हता. इन्स्टाग्राम, ट्विटर, ... काही-काही नव्हतं. माणसं चालताना समोर बघत चालायची. कारण प्रत्येकाच्या हातात मोबाईल फोनही नसायचा... २४ × ७ न्यूज चॅनल्सचं पेव फुटलेलं नव्हतं... सास बहू सिरीयल्सना कोणी सिरीयसली घ्यायचं नाही, त्यामुळे टीव्हीसुद्धा कमीच पाहिला जायचा... इंटरनेटच धड नव्हतं तिथं कसलं ई-कॉमर्स, कसलं क्लाउड कम्प्युटिंग, कसले चॅटबॉट्स आणि कसला आर्टिफिशियल इंटेलिजन्स!

तर, सांगायची गोष्ट... आजच्यापेक्षा फारच वेगळा काळ होता. ट्वेंटी-ट्वेंटी क्रिकेटचा जन्म अजून झाला नव्हता... तेव्हाचे बॅट्समन सोट्यासारख्या बॅट्स घेऊन बेमुर्वतखोरपणे मिडऑनकडे पट्टे फिरवून थर्डमॅनला षटकार मारायचे नाहीत... फास्ट बॉलरला पुढे येऊन भिरकावणं ही एका हाताच्या बोटांवर मोजता येणाऱ्या धुरंधरांच्याच कुवतीतली गोष्ट होती... तेव्हा आजच्यासारखा षटकार-चौकारांचा पाऊस पडायचा नाही... चिअरगर्ल्स टीचभर कपडे घालून नाचायच्या नाहीत... पहिली बॅटिंग करताना

५० ओव्हरमध्ये २५०-२६० धावा काढल्या की सामना खिशात टाकल्यातच जमा असे... 'आस्किंग रेट' सहाच्या वर गेला की बघणाऱ्यांचंही ब्लड प्रेशर वाढायचं... वन डेमध्ये १८ शतकं ठोकणाऱ्या डेस्मण्ड हेन्सचं रेकॉर्ड कोणी इतक्यात मोडेल असं वाटायचं नाही. अशा काळात अरबस्तानात घडलेली तिथल्याच अनेक 'सुरस व चमत्कारिक' गोष्टींसारखीच ही एक गोष्ट!

दिवस : दिनांक २२ एप्रिल १९९८

स्थळ : शारजा क्रिकेट असोसिएशन स्टेडियम, शारजा, संयुक्त अरब अमिरात

भारत, ऑस्ट्रेलिया आणि न्यूझीलंड यांच्यात कोकाकोला ट्रॉफीसाठी तिरंगी लढत सुरू होती. क्रिकेटच्या प्राचीन परंपरेप्रमाणे ऑस्ट्रेलिया आपले सर्व सामने जिंकून अंतिम फेरीसाठी पात्र ठरले होते. भारत आणि न्यूझीलंड यांनी एकमेकांवर एकेक विजय मिळवला होता, म्हणून भारत वि. ऑस्ट्रेलिया हा शेवटचा साखळी सामना एका प्रकारे उपांत्य सामना होता. अंतिम सामन्यात खेळण्यासाठी भारताला सामना जिंकणं अथवा किमान न्यूझीलंडच्या धावगतीपेक्षा सरस धावगती राखणं गरजेचं होतं.

त्या सामन्यात ऑस्ट्रेलियाने नाणेफेक जिंकून फलंदाजी घेतली. मार्क वॉच्या ८१ आणि मायकेल बेव्हनच्या १०१ धावांच्या जोरावर ऑस्ट्रेलियाने २८४ धावांचा तेव्हाच्या हिशेबात डोंगर उभा केला. इतर वेळी अशा परिस्थितीत भारतीय क्रिकेटशौकिनांनी टीव्ही बंद करून आपापल्या कामांना लागावं, अशी खरंतर रीत होती.

आता मात्र गोष्ट वेगळी होती. १९९६च्या विश्वकरंडकापासून सचिन तेंडुलकर नावाचं वादळ क्रिकेटविश्वात थैमान घालत होतं. तसा हा इसम १९९४मध्ये ओपनिंगला यायला लागल्यापासूनच दंगा करायला लागला होता. पण १९९६ ते २००० हा निर्विवादपणे त्याच्या कारकिर्दीचा सुवर्णकाळ होता. हा माणूस जगभरच्या गोलंदाजांना डोईजड होऊन बसला होता. नुकत्याच संपलेल्या एका कसोटी मालिकेत त्याने कहर केला होता, म्हणूनच लोक अजूनही टीव्हीसमोर बसले होते. बाकीच्या फलंदाजांबद्दल सांगायचं तर, गांगुली, लक्ष्मण तेव्हा नवीन होते. अझहर, अजय जडेजा, नयन मोंगिया कधी कसे खेळतील याचा फार थोड्या लोकांना अंदाज असायचा. थोडक्यात काय; तर 'जब तक तेरे पैर चलेंगे इसकी सांसें चलेगी'प्रमाणे 'जब तक सचिन खेलेगा इंडिया की उम्मीद चलेगी' म्हणण्याची स्थिती!

सचिन-गांगुली जोडीनं २८५ धावांचा पाठलाग करताना सावध सुरुवात केली. एकतिसाव्या षटकानंतर एक जोरदार वादळ आलं तेव्हा भारताचा स्कोअर होता ४ बाद

१४३. म्हणजे जिंकण्यासाठी १९ षटकांत १४२ धावा, तर अंतिम सामन्यासाठी पात्र ठरायला १११ धावा हव्या होत्या. ४५ मिनिटांनंतर खेळ पुन्हा सुरू झाला आणि त्या वेळच्या नियमांप्रमाणे जिंकण्यासाठी ४६ षटकांत २७६, तर पात्रतेसाठी २३७ धावांचं लक्ष्य दिलं गेलं. म्हणजे पुढच्या १५ षटकांत जिंकायला १३३, तर पात्र ठरायला ९४ धावा हव्या होत्या.

...आणि खऱ्या अर्थानं सुरू झालं 'ऑपरेशन डेझर्ट स्टॉर्म'! ६४ धावांवर नाबाद असलेला सचिन आता खुलायला लागला... कास्प्रोविचच्या पहिल्याच षटकाचा शेवटचा चेंडू शिस्तीत साइटस्क्रीनवर पोहोचवण्यात आला... मग पाचवा गोलंदाज स्टीव्ह वॉला हेरून सचिनने त्याच्यावर नियंत्रित हल्ला केला... कधी पुढे सरसावत तर कधी क्रीजमध्ये खोल आत राहून त्याने वॉला आपला टप्पा बदलायला भाग पाडलं आणि मोक्याच्या क्षणी धावा वसूल केल्या...समोर लक्ष्मण मोलाची साथ देत होता. पण ऑस्ट्रेलियन टिच्चून गोलंदाजी करत होते. मार्क वॉ, बेव्हन, पाँटिंग, मार्टिन जीव तोडून फिल्डिंग करत होते. सचिनसुद्धा जिवाच्या आकांतानं धावून एक-दोन धावा जोडत होता. फ्लेमिंग, कास्प्रोविच, वॉर्न... कोणीच काही करू शकलं नाही. कुठल्याही प्रकारचा घणाघाती हल्ला वगैरे न चढवता सचिनने लक्ष्मणच्या साथीत २० चेंडू बाकी असताना भारताला अंतिम फेरीत पोहोचवलं. And the rest, as they say, is history.

अशी काय खेळी होती ही 'डेझर्ट स्टॉर्म'?

काही धडकी भरवणारी फटकेबाजी वगैरे होती का? नाही.

सचिनने ऑस्ट्रेलियन बॉलिंगच्या चिंधड्या उडवल्या का? नाही.

काही अचाट फटके मारले का? नाही.

पण... डेझर्ट स्टॉर्मनंतर एका भन्नाट फलंदाजाचा एक परिपूर्ण आणि खऱ्या अर्थानं चॅम्पियन खेळाडू झाला. A boy became a man. जणू एक आश्वासक फलंदाज म्हणून गांगुलीबरोबर ओपनिंगला गेलेला सचिन फ्लेमिंगकरवी बाद झाल्यावर परत आला, तो एक प्रगल्भ आणि परिपूर्ण खेळाडू होऊनच!

चार-दोन हिट सिनेमे देऊन हिरोगिरी करणं वेगळं आणि महानायक होणं वेगळं! सचिन भारतीय क्रिकेटचा महानायक होण्याच्या प्रवासाची ऑपरेशन डेझर्ट स्टॉर्म ही सुरुवात होती. २४ वर्षांच्या तरुण वयात सचिनने दाखवलेला संयम अचाट होता. नुसत्या फॉर्मच्या भरवशावर देमार हाणामारी न करता हा माणूस थंड डोक्यानं आपलं काम करू शकतो, हे ऑपरेशन डेझर्ट स्टॉर्मने दाखवलं. यशस्वी होण्यासाठी प्रसंगी

आपल्या नैसर्गिक खेळाला मुरड घालण्याचीही तयारी सचिनने दाखवली. या खेळीत त्याने बॉलरचा तेजोभंग करण्याचा माज नाही दाखवला (तो दाखवला फायनलमध्ये), तर अतिशय शिस्तबद्ध रितीनं प्रतिस्पर्धी संघाशी दोन हात करून, त्यांचा प्रत्येक डावपेच हाणून पाडून सचिनने भारताला अंतिम फेरीत एकहाती नेलं.

डेझर्ट स्टॉर्मनंतर क्रिकेटविश्वानं जोखलं की, हा नुसता घणाघाती फलंदाज नाही. हे पाणी आधी वाटलं होतं त्याहीपेक्षा खूप गहिरं आहे. सचिनचा 'ग्रेट फलंदाज' ते 'ऑल टाइम ग्रेट फलंदाज' हा प्रवास सुरू झाला तो या खेळीनंतर. ती खेळी बघताना सुरुवातीला आरडाओरडा करणारे आम्ही शेवटी-शेवटी केवळ स्तिमित होऊन पाहत होतो. असाही कोणी फलंदाजी करू शकतो? फलंदाजी इतकी परिपक्व आणि परिपूर्ण असू शकते?

डेझर्ट स्टॉर्मनंतर क्रिकेट अजून श्रीमंत झालं. ऑफस्टंपबाहेरचा चेंडू फाइन लेगला इतक्या तंत्रशुद्धपणे आणि प्रेक्षणीयरीत्या मारता येतो, हे क्रिकेटला तेव्हा उमगलं. फ्लॅट बॅटनं मारलेला कव्हर ड्राइव्ह इतका सुंदर दिसू शकतो, हे तेव्हा कळलं... आणि असे फटके मारता येत असतानासुद्धा फलंदाज जीव तोडून धावतोय हेसुद्धा पहिल्यांदाच दिसलं. फलंदाजीच्या कलेला नवा आयाम मिळाला. आज पंचवीस वर्षांनंतरसुद्धा ती खेळी डोळ्यांसमोरून हलत नाही ती यासाठी, की त्या दिवशी आमच्या सच्याने क्रिकेटचा नवा ब्रॅडमन होण्याकडे पहिलं पाऊल टाकलं होतं.

■■■

ॲटिट्यूडवाला मुण्डा!

वर्ष १९७५... भारताचा विश्वकरंडकाचा पहिला सामना. इंग्लंडने ६० ओव्हरमध्ये ३३५ धावांचं आव्हान ठेवलं तेव्हा न लढताच आपण शस्त्रं टाकली. ना अनुभव, ना मानसिकता... तेव्हा एका विक्रमादित्यानं बॅटिंग केली तीच औपचारिकता पूर्ण करण्यासाठी... २०२ रन्सने हरलो तरी निदान ६० ओव्हर टिकलो. किमान पूर्ण वस्त्रहरण नाही झालं... अगदीच अब्रूची लक्तरं वेशीवर टांगली गेली नाहीत, हेच काय ते समाधान!

२००३. विश्वकरंडकाचा अंतिम सामना. ३६० धावांचं अशक्यप्राय आव्हान पेलण्यासाठी मैदानात उतरताना, हर्ष भोगले यांच्या शब्दांत सांगायचं तर 'Somebody needed to TAKE ON McGrath' आणि ती जबाबदारी एका विक्रमादित्यानं घेतली. चौथाच बॉल किंचित शॉर्ट पडल्यावर मिडविकेटला सणसणीत चौका मारला. पुढच्या बॉलला बाद झाला, पण '३६० करायच्या असल्या म्हणून काय झालं? घेऊ की शिंगावर!' ही तयारी तरी दाखवली. सेहवाग असेपर्यंत थोडी धुगधुगी होती. पण ३६० धावांचा पाठलाग करणं आवाक्याबाहेरचंच होतं.

२०२२चा टी-२० वर्ल्ड कप... भारत वि. पाकिस्तान... ९० हजारांपेक्षा जास्त लोकांनी भरलेलं एमसीजी... ८ चेंडूंत २८ धावा जिंकायला... प्रत्येक बॉलवर ३.५ धावा हव्यात... वातावरणात प्रचंड तणाव आणि तुटेपर्यंत ताणली गेलेली उत्सुकता! एक विक्रमादित्य जिवाच्या आकांतानं लढतोय... पुन्हा फॉर्ममध्ये येण्यासाठी धडपडतोय... त्यांच्या त्या डावातला सर्वोत्कृष्ट बॉलर हरीस रौफने पहिल्या चार चेंडूंवर फक्त तीन धावा दिलेल्या... ओव्हरचा पाचवा चेंडू... शॉर्ट ऑफ लेंग्थ... विक्रमादित्य किंचित बॅकफूटवर जातो... आणि चक्क सरळ बॅटने बॉल समोर मारतो. बॉलर सुन्न... फिल्डर्स स्तब्ध... कॉमेंटेटर्स नि:शब्द... आपले खेळाडू थक्क... प्रेक्षक वेडेपिसे!

अहो, वेड नाही लागणार तर काय! त्याने मारल्यावर बॉलला पंख फुटतात... तो उडत-उडत जातो अन साइटस्क्रीनपलीकडे प्रेक्षकांत उतरतो; तरीही ड्रामा संपलेला नसतोच. अजूनही ७ चेंडूंत २२ हव्यात. पुढच्या बॉलला विक्रमादित्य आधीच मागे जातो... रौफने पुढे टाकलेल्या चेंडूला केवळ मनगटानं दिशा दाखवतो आणि तो पांढरा गोळा पुन्हा गाण्यातल्या पाखरासारखा आकाशी झेप घेतो. पुढच्या ओव्हरमध्ये अजून एक सिक्स मारली जाते... अत्यंत थंड डोक्यानं पाकिस्तानच्या घशातली मॅच काढली जाते... आणि काही दिवस पायउतार झालेला 'बॅटिंगचा राजा' पुन्हा आपल्या सिंहासनावर विराजमान होतो... किंग कोहली!

त्या मॅचनंतरच्या मुलाखतीत विराट म्हणाला – 'I told Hardik, we need to take Shahin down. Nawaz has one over. If I take Haris down, then they will panic.'

'Take ON' नाही बरं का... 'Take DOWN'... शिंगावर घ्यायचं नाही; संपवायचं... खात्मा करायचा... नेस्तनाबूत करायचं. दोन ओव्हरमध्ये असा हल्ला करायचा, की शेवटचा बॉलर खचलाच पाहिजे. १८ बॉलमध्ये ४८ रन्स हव्या असताना आमचा विक्रमादित्य समोरच्या बॉलरला खल्लास करायच्या गोष्टी करत होता... आणि त्यानं तसं केलंदेखील! मॅचनंतर विराटने आपल्या डायरीत नोंद केली असेल – 'Opponent eliminated'.

या माणसाचं वर्णन करायला एकच शब्द पुरेसा आहे – ATTITUDE, मूर्तिमंत ॲटिट्यूड!

या ॲटिट्यूडची पहिली आठवण म्हणजे, २०११ वर्ल्ड कपमधला बांगला देश विरुद्धचा सामना. विराटने बॉल सरळ मारल्यावर बॉलर रुबेल हुसेनने तो अडवून थ्रो करण्याची ॲक्शन केली. बरं, तेव्हा क्रिकेटच्या मैदानावरच्या आपल्या लढायासुद्धा

रामानंद सागर यांच्या रामायणासारख्या 'हे रावण, मैं दशरथपुत्र राम तुम्हें युद्ध के लिए ललकारता हूँ।' छाप असायच्या. त्या युद्धातसुद्धा एक प्रकारची फॉरमॅलिटी होती. मुळात आधी कोणीतरी आक्रमण करायचं आणि मग आपण त्याला प्रत्युत्तर द्यायचं. 'ते' वाईट वागायचे आणि मग आपण त्यांचा सामना करून त्यांचा पराभव करायचो.

बॉलर आधी आगाऊपणा करायचा आणि मग तेंडुलकर त्याला धोपटायचा. आधी आमीर सोहेलने बॅट दाखवायची आणि मग वेकंटेश प्रसादने त्याचा स्टंप उडवायचा. जणू जंटलमन्स गेमचं जंटलमनत्व जपायची नैतिक जबाबदारी आपली होती. या परंपरेला अनुसरून विराटने तेव्हा दुसरीकडे बघून मग पुढच्या एखाद्या बॉलवर आपल्या बॅटनं उत्तर देणं अपेक्षित होतं... पण झालं भलतंच!

डोळ्यांची पापणीसुद्धा लवू न देता या दिल्लीच्या छोकऱ्यानं रुबेलला ऐकवलं – 'क्या हुआ?? ××× बॉलिंग कर - चल!' क्षणापूर्वी आक्रमक वाटणारा तो रुबेल बिचारा चेहरा पाडून आल्यापावली परत गेला. तेव्हा अनेकांना 'चांगल्या घरातल्या मुलीला असं वागणं शोभतं का?'च्या स्टाईलमध्ये 'आपल्या बॅट्समनला असं शिव्या देणं शोभतं का?' वगैरे वाटलं असेल. पण ही येऊ घातलेल्या वादळाची नांदी होती. आता त्या नांदीचा पहिला शब्दच 'भ'कारानं सुरू होणारा तीन अक्षरी शब्द होता, त्याला कोण काय करणार?

उर्मटपणा, उद्धटपणा, माज, रग या गोष्टी बिनडोक रोड-रोमिओ गावगुंडांकडेसुद्धा असतात; पण याच गोष्टी एखाद्या निडर, कट्टर देशप्रेमी, मेहनती, विजिगीषू वीराच्या बाबतीत विरघळून 'आक्रमकता' नावाचं धारदार शस्त्र बनतात. नुसती आक्रमकता असून चालत नाही, ती निभावता यावी लागते... आणि ती निभावण्यासाठी फक्त जिगर असून भागत नाही, तर त्यामागे भक्कम टेक्निक लागतं. या मुलाकडे उत्तम टेक्निक होतं... पुस्तकातले आणि पुस्तकाच्या बाहेरचे अनेक फटके होते... खेळाची प्रगल्भ समज होती... आणि मुख्य म्हणजे नुसती धावांचीच नाही, तर जिंकण्याची भूक होती.

२००८ ते २०१२मधला प्रत्येक डाव छिन्नी बनून कोहलीमधल्या स्ट्रिट फायटरची एकेक कपची उडवत, त्यातून एक दिग्विजयी योद्धा घडवत होता. होबार्टमधल्या श्रीलंकेविरुद्धच्या ८६ बॉल १३३ धावांच्या खेळीनं त्याला युवराजपदी बसवलं. लगेच पाकिस्तानविरुद्ध ढाक्यात ३३० धावांच्या पाठलागात १८३ धावा ठोकल्या. जयपूरमध्ये तब्बल ३५९ चेस करताना रोहित, शिखर आणि विराट या आमच्या फक्त तीन बॅट्समननी ऑस्ट्रेलियन गोलंदाजीचा धुव्वा उडवला. रैना, युवराज, धोनी, जडेजा आत निवांत बसले होते. २००३मध्ये ३५९चा पाठलाग करताना १२५ धावांनी हरलो

होतो. या वेळी तब्बल ३९ चेंडू आणि ९ विकेट्स राखून २००३चा बदला चक्रवाढ व्याजाने घेतला गेला. ३३०-३५०चा स्कोअरसुद्धा भारतीय फलंदाजीसमोर पुरेसा ठरत नव्हता... आणि दर वेळी त्या पाठलागाचा कणा होता– विराट!

या माणसाने फलंदाजीतली आक्रमकता वेगळ्या पातळीवर नेऊन ठेवली. त्याने जिंकून दिलेले सामने, पाठलाग करतानाची त्याची आकडेवारी, सामना 'संपवण्याची' त्याची हातोटी, त्याची फिल्डिंग, त्याचा फिटनेस यांबद्दल लिहीत बसलो तर एक ग्रंथ तयार होईल. पण विराट जेव्हा-केव्हा निवृत्त होईल तेव्हा तो ओळखला जाईल त्याच्या 'ॲटिट्यूड'साठी!

वयाच्या अठराव्या वर्षी वडिलांच्या निधनानंतर दुसऱ्या दिवशी सकाळी मैदानावर उतरण्याचा ॲटिट्यूड...

'He has carried the burden of the nation for 21 years. It is time we carried him on our shoulders' म्हणत सचिनला खांद्यावर घेणारा ॲटिट्यूड...

हुल्लडबाज प्रेक्षकांना मिडल फिंगर दाखवण्याचा आणि वॉर्नरची टवाळी न करता त्याच्यासाठी टाळ्या वाजवायला सांगायचाही ॲटिट्यूड...

शतक मारल्यानंतर खुल्लमखुल्ला आपल्या 'गर्लफ्रेंड' अनुष्काला (लग्नाआधी) बॅटनं फ्लाइंग किस देण्याचा ॲटिट्यूड...

फिटनेससाठी अपार कष्ट आणि त्याग करण्याचा ॲटिट्यूड...

आपल्या सहकाऱ्याचंच नव्हे, तर प्रतिस्पर्ध्यांचंदेखील खुल्या दिलानं कौतुक करण्याचा ॲटिट्यूड...

धावा होत नसताना होणाऱ्या टीकेला त्याच भाषेत उत्तर देण्याचा ॲटिट्यूड...

पाकिस्तानच्या आमीरचं पुनरागमन क्रिकेटसाठी गरजेचं आहे असं आवर्जून नमूद करण्याचा ॲटिट्यूड...

मैदानावर अचानक बिनधास्त नृत्य सुरू करण्याचा ॲटिट्यूड...

आयपीएलमध्ये नजरेला नजर भिडवून खुन्नस देणाऱ्या सूर्यकुमार यादवचं भरभरून कौतुक करण्याचा ॲटिट्यूड!

या सगळ्यांमध्ये ठळक उठून दिसतो आणि भावतो तो त्याचा निःस्वार्थीपणा. संघ जिंकणं हे एकच उद्दिष्ट त्याच्या डोळ्यांसमोर असतं. केवळ संघाच्या गरजेप्रमाणे तो

त्याची खेळी उभारतो. स्वतःचा स्कोअर किती होतोय, आपण ४८ किंवा ९७ धावांवर नाबाद राहतोय का, असल्या गोष्टींची त्याला अजिबात फिकीर नसते.

हा इसम धोनीने त्याचं शतक व्हावं म्हणून डॉट बॉल खेळला तर त्याच्यावरच नाराज होतो... आपण ४९वर असताना कार्तिकला मॅच लवकर संपवायला सांगतो... आपलं शतक व्हावं म्हणून कधीच डावाच्या मोमेंटममध्ये फरक पडू देत नाही... आपल्या साथीदारासाठी जिवाच्या आकांतानं धावतो... 'हार्दिक चांगला मारत होता म्हणून मी माझा वेग कमी केला' असं सहज बोलून जातो.

तो सचिनचे विक्रम मोडेल की नाही, अजून किती धावा, किती शतकं करेल हे प्रश्नच मुळात गौण आहेत. विराट कोहली क्रिकेटच्या मैदानावरच नाही, तर क्रिकेटपलीकडेही खूप काही देऊन जातो आहे. सचिन टेनिस एल्बोनंतर आपल्या तरुण सहकाऱ्यांच्या साथीत अजून खुलला होता. हरपलेल्या फॉर्मनंतरचा कोहली २.० काय असेल याची आत्ताच्या वर्ल्ड कपमध्ये फक्त झलक दिसत आहे.

ओय मुण्डा, तो कमाल दा ए. अग्गे अग्गे देखखो की होन्दाए. अपणा गब्रू जवाण ऐसा खेडणाए कि चक दे फट्टे. चीकूपाको जणमदिणादी लख लख वदाइयाँ. रब रखां!

■■■

कम ऑन बारक्या... फाइट!

लहानपणी... म्हणजे लपाछपी, चोर-पोलीस, आप्पारप्पी, लगोरी वगैरे खेळांतून 'ग्रॅज्युएट' होऊन 'स्पोर्ट्स' या प्रकारांत गणले जाणारे खेळ खेळायला लागलो, तेव्हा त्या पांढरे कपडे घालून तांबड्या चेंडूनं खेळायच्या खेळानं वेड लावलं आणि आयुष्यात पहिल्यांदा हिरव्यागार मैदानांवर पाऊल पडलं. कपिल देवसारखी ॲक्शन करणं... 'वन डाऊन' बॅट्समन असल्यामुळे हेल्मेटखाली संजय मांजरेकरसारखी पट्टी बांधणं वगैरे चावट उद्योग सुरू होते. गावसकर, इम्रान, रिचर्ड्स वगैरे हिरो होते... शाळेतून पळून जाऊन मित्राच्या घरी टीव्ही बघणं व्हायचं... सगळं यथास्थित सुरू होतं. तशात आठवतंय... कधीतरी मुंबईत ओव्हल मैदानावर जायचा योग आला. तेव्हा कोणीतरी राजाबाई टॉवरकडे बोट दाखवून सांगितलं – 'अरे ते सी. के. नायडू होते ना... त्यांनी एकदा सिक्स मारून ते घड्याळ फोडलं होतं!' आणि तेव्हा या गोष्टीवर विश्वासदेखील बसला होता बरं का! इतक्या लांब बॉल गेलाच कसा... बॉलर कोण होता... फुलटॉसवर मारला का...फार काय... नायडू ओव्हलवर खरंच कधी खेळले होते का.. असे प्रश्न तेव्हा आमच्या बालमनाला शिवलेसुद्धा नाहीत.

... आणि का शिवावेत? तुमचा अजय देवगण एक हात हलवतो आणि ८० ते १६८ किलो वजनांचे सांडांसारखे आठ-दहा गुंड २० ते ३८.५ फुटाच्या परिघात जाऊन पडतात, तेव्हा सच्चा सिनेप्रेमी असे प्रश्न विचारतो? अहो, मग आमचे नायडू, खाशाबा जाधव, मिल्खा सिंग, विश्वनाथन आनंद, गीत सेठी, टायगर पतौडी, प्रकाश पदुकोण हे तर खरेखुरे हिरो; मग आम्ही त्यांच्या दंतकथा रंगवून-रंगवून सांगायच्या नाहीत तर कोणाच्या?

२९ ऑगस्ट १९०५. अशाच एका दंतकथेचा जन्मदिवस. एका डच पत्रकाराने याच्या बाबतीत लिहिलं होतं – 'One of these tanned diabolical jugglers stares at the ball intently; it gets upright and remains suspended in the air.'

आंतरराष्ट्रीय सामन्यांत ४००पेक्षा अधिक गोल... त्यात तीन ऑलिंपिक्सच्या १२ सामन्यांत तब्बल ३३ गोल, अचाट प्रतिभा, अफलातून कौशल्य, हॉकीची संपूर्ण समज... ड्रिब्लिंग असं, की लोक म्हणायचे, हा 'ड्रिबल करत-करत चंद्रसुद्धा आकाशातून घेऊन जाईल.'

यांनी लोकांना गुरुत्वाकर्षणाबद्दल शंका घ्यायला लावली. याची स्टिक मोडून आत चुंबक नाही ना, हे तपासायला लावलं. याच्यावर जादूटोणा करण्याच्या शंका घेण्यात आल्या. ही दंतकथा होती, अफाट गुणवत्तेला प्रचंड कष्टांची जोड देत, आपल्या दैवी कौशल्यानं, मृदु बोलण्यानं आणि साधेपणानं तत्कालीन हॉकीप्रेमींच्या हृदयसिंहासनावर विराजमान झालेला हॉकीचा सम्राट - ध्यानचंद सिंग!

ध्यानचंदबाबत जाणून घ्यायचं तर एक वेगळा लेख लिहावा लागेल. पण या लेखाचा उद्देश तो नव्हे. 'लिजंड' म्हणवलं जाणं हे अथक मेहनतीचं, खडतर तपश्चर्येचं, असीमित त्यागाचं, अजोड कर्तृत्वाचं, आणि सर्वांत महत्त्वाचं म्हणजे काळाच्या कसोटीवर उतरण्याचं काम आहे. ध्यानचंदने फक्त एक हॉकीपटू म्हणून प्रसिद्धी मिळवली असं नाही. भारतासारख्या 'गुलामांच्या देशात' असा दैवदत्त प्रतिभेचा, आंतरराष्ट्रीय स्तरावर निर्विवाद हुकमत गाजवणारा खेळाडू निपजू शकतो आणि सर्व जग पादाक्रांत करूनसुद्धा आपल्या विनम्रतेनं आणि साधेपणानं जगभरातल्या क्रीडाशौकिनांच्या गळ्यातील ताईत बनू शकतो, हे ध्यानचंदने दाखवून दिलं. एका सैनिकाप्रमाणेच मेजर ध्यानचंदने देशाची इभ्रत आपल्या समर्थ खांद्यांवर पेलली. म्हणूनच ध्यानचंदचा जन्मदिवस 'राष्ट्रीय क्रीडा दिन' म्हणून साजरा होतो.

आज कदाचित आम्ही क्रीडाजगतातली महासत्ता नसू... पण आता कोणी आम्हांला आधीइतकं नजरअंदाज करू शकत नाही, हेही तितकंच खरं! Slowly but steadily आज आमच्याकडे वर्ल्ड क्लास खेळाडूंची फौज तयार होत आहे.

आमचा विराट मैदानात उतरतो तो महाधनुर्धर अर्जुनासारखा... दिव्य रथ... बॅटरूपी गांडीव आणि कट्स, पुल, हुक, ड्राइव्ह्स, पॅडल स्वीप, फ्लिक्स, ग्लान्स यांसारख्या दिव्य अस्त्र-शस्त्रांचा अक्षय भाता घेऊन...

आमची सिंधू, हुशार असूनही केवळ उंचीमुळे मागल्या बाकावर बसायला लागलेली कष्टाळू मुलगी...

आमचे सौरभ चौधरी, मनू भाकर, हिना सिधु म्हणजे तर अस्सल शूटर्स... एक गोली एक दुश्मन!

विजेंदर सिंग, सुशील कुमार, साक्षी मलिक, योगेश्वर दत्त, फोगाट भगिनी म्हणजे तर बेदरकार ग्लॅडिएटर्स...

साईना नेहवाल, हिमा दास, द्युती चंद, मेरी कोम म्हणाल तर कपाऱ्यांमधून हल्ला करत राहणारी, कधीही हार न मानणारी चिवट जमात...

हार्दिक पंड्या, मनिका बात्रा म्हणजे त्यांच्या व्यक्तिमत्त्वातलं ग्लॅमर त्यांच्या खेळात आणणारे कलाकार.

भारतीय क्रीडाक्षेत्राचं चित्र कधी नाही इतकं आशादायी आहे!

...आणि हे लढवय्ये मैदानावर लढतातदेखील असे, की हृदयाचा ठोका चुकावा... दोन संघ वा खेळाडू अशा ताकदीनं आणि त्वेषानं एकमेकांना भिडतात, की बघणाऱ्याला आपल्याच नशिबाचा हेवा वाटावा... डोळ्यांचं पारणं फेडणारी अशी लढत व्हावी, की हार-जीत गौण ठरावी... अशी अटीतटीची लढत, की विजेत्यानं पराभूताला सलाम ठोकावा... खेळाच्या मैदानात अशी द्वंद्वं बघायला मिळतात, ज्यांच्या कथा कुठल्याही युद्धकथेपेक्षा कमी रोमांचक नसतात! Contests not for the faint hearted! असे कित्येक सामने... अशा कित्येक लढती... कित्येक शर्यती ज्या 'रोमहर्षक', 'उत्कंठावर्धक', 'humdinger', 'nail-biting' वगैरे विशेषणांना नवं परिमाण देतात.

आज परिस्थिती अशी आहे की, सकाळी वर्तमानपत्र हातात घ्यावंसं वाटत नाही. माणसाला मनुष्यप्राणी का म्हणतात, याचं पदोपदी प्रत्यंतर देणाऱ्या घटनांनी भरलेली ती कागदाची चळत... पशु, नराधम वगैरे विशेषणांना लाजेनं खाली पाहायला लावतील असे लोक आता आपल्या आजूबाजूला दिसायला लागले आहेत. अशा वेळी या

अंधारात आशेचा किरण शोधायला आपण शेवटच्या पानावरच जातो. तिथेही सगळं आलबेल आहे असं नाही. पण वादळात फडफडणाऱ्या ज्योतीसारखी का होईना; एक पणती तिथे अजून तेवत आहे. जोपर्यंत आंतरशालेय स्पर्धेत सहावीतला तो बारक्या फुटबॉलपटू खरचटलेल्या कोपरांवरची माती झटकून पुन्हा 'किक ऑफ'साठी जातोय, जोपर्यंत ती ढोपराएवढी पोरगी धरमतर ते गेटवे पोहण्यासाठी सहा-सहा, आठ-आठ तास तलावात सराव करतेय, जोपर्यंत आपल्या वेळेतला एक-दशांश सेकंद कमी करण्यासाठी तो ॲथलिट पहाटे चारचा गजर लावून उठतोय, तोपर्यंत त्या पणतीला काही धोका नाही. खेळच या पोरांना परिस्थितीशी दोन हात करण्याची ताकद देईल... संकटांच्या नजरेला नजर भिडवण्याची हिंमत देईल... अपयशाच्या छाताडावर पाय देऊन यशाचा जल्लोष करण्याची ऊर्मी देईल.

सलाम...

ध्यानचंदपासून भारतातल्या दुर्गम खेड्यातल्या आखाड्यात दम घुमवणाऱ्या प्रत्येक खेळाडूला...

त्यांच्यामागे खंबीरपणे उभ्या रहाणाऱ्या त्यांच्या गुरुजनांना...

आणि सर्व प्रतिकूल परिस्थितीला तोंड देत आपल्या मुला-मुलींना खेळाडू बनवण्यासाठी झटणाऱ्या त्यांच्या पालकांना...!

आणि शुभेच्छा... जिद्दीनं संकटांचा सामना करण्यासाठी, नव्या जोमानं भोवतालच्या अराजकाचा सामना करण्यासाठी आणि शुभेच्छा हार न मानता झुंजण्यासाठी!

... फक्त त्या बारक्या फुटबॉलपटूच्या पाठीवर हात ठेवून एकदा त्याला म्हणा, 'Come on बारक्या... fight!'

■■■

मेरे प्यारे दुश्मन

प्रिय पाकिस्तानी क्रिकेट संघ,

First things first. 'प्रिय' म्हणालो, म्हणून हुरळून जाऊ नका. जोपर्यंत सीमेपलीकडून एक गोळी काय; एक दगडही माझ्या देशाकडे येत असेल..., तुम्ही खतपाणी घालत असलेला दहशतवाद एकाही भारतीयाला झळ पोहोचवत असेल..., जोपर्यंत माझ्या देशाबद्दल विखारी, अमंगळ विचार करणारा एकही नेता तुमच्या देशात जिवंत असेल..., तोपर्यंत तुम्ही माझे शत्रूच राहणार आहात. अर्थात तुमच्या हुकमतीच्या कट-कारस्थानांना टाचेखाली चिरडायला आमच्या इंटेलिजन्स एजन्सीज आणि आमची सेना समर्थ असल्याने सामान्य नागरिक म्हणून तुमचा देश आमच्या खिसगणतीतही येत नाही. तेव्हा आपण फक्त क्रिकेटबद्दल बोलू या!

या पत्राला कुठलाही राजकीय संदर्भ नाही. किंबहुना क्रिकेटमधलासुद्धा फक्त भारत वि. पाकिस्तान हा परिप्रेक्ष्य नाही. सुरुवातीलाच एक प्रांजळ कबुली देतो –

तुमच्याबद्दलचा राग-द्वेषसुद्धा केवळ तुम्ही पाकिस्तानी आहात म्हणूनच आहे. वैयक्तिक काही आकस असण्याचं कारणच नाही. इन फॅक्ट असला, तर परिस्थितीमुळे वाईट मार्गाला लागलेल्या गुणी मुलांबद्दल असावा तसा तुमच्याबद्दल सॉफ्टकॉर्नरच

आहे. इतका, की तुमच्याच तोडीच्या इतर देशांच्या खेळाडूंपेक्षाही आम्हांला तुमचं कौतुक काकणभर जास्त आहे. तुमच्याबद्दल कौतुकही वाटतं आणि वाईटही! तुमच्या देशातली धर्मांधता, पाचवीला पुजलेली राजकीय अस्थिरता, डबघाईला आलेली आर्थिक परिस्थिती बघता कदाचित भारतापेक्षाही पाकिस्तानात क्रिकेट जास्त सिरीयसली घेतलं जात असेल. तुमच्यावर तुमच्या देशवासीयांच्या अपेक्षांचं ओझं किती असेल याची आम्हांला अर्थातच कल्पना आहे. या सगळ्या पार्श्वभूमीवर तुमच्या क्रिकेटमधल्या कामगिरीचं खरंच कौतुक वाटतं. आजही फक्त १३७ धावांचा बचाव करताना तुम्ही शेवटपर्यंत लढलात... निदान कप सहजासहजी इंग्लंडच्या खिशात जाऊ नये म्हणून प्रयत्न केलेत... शेवटच्या धावा होईपर्यंत खांदे पाडले नाहीत... तुमच्याकडून जे होईल ते केलं. एका क्रिकेटप्रेमीला अजून काय हवं?

तुमच्या दोन गोष्टी आम्हांला जाम आवडतात – टॅलेंट आणि जिगर! आंतरराष्ट्रीय पातळीवर क्रिकेट खेळणारे सगळेच खेळाडू टॅलेंटेड असतातच. त्याशिवाय का ते इथवर पोहोचतात? पण तुमची कलंदरी वेगळी आहे, गड्याहो! कदाचित आपल्या शत्रुत्वातच तुमच्याविषयीच्या खास आकर्षणाचं बीज असावं.

अब्दुल कादिर, मुश्ताक अहमद, 'दूसरा'चा शोध लावणारा सकलेन मुश्ताक, सईद अजमल, दानिश कनेरिया, तुमचे स्पिनर्स नेहमीच काहीतरी विचित्र आणि वेगळं करायचे. कधी-कधी इतकं विचित्र, की त्यांच्या ॲक्शनबद्दल शंका यावी. अर्थात, तुमच्या स्पिनर्सचा आम्हांला म्हणावा तसा त्रास कधी झाला नाही. पण त्यांना इतर देशांच्या फलंदाजांची भंबेरी उडवताना बघून मजा यायची. तुमची फलंदाजीही भक्कम! तुम्ही झहीर अब्बास, सलीम मलिक, मुहंमद यूसुफ, यूनुस खान, मिसबाह-उल-हक यांसारखे दर्जेदार फलंदाज दिलेत. पण आमच्या मनात घर केलं ते 'स्ट्रिट फायटर'चा मेरुमणी जावेद मियांदादने, इंझीच्या 'लेझी एलिगन्स'ने, सईद अन्वरच्या मनगटातल्या जादूने, हातातल्या बॅटने जणू पिच खोदणाऱ्या एजाज अहमदने, आणि बूम-बूम आफ्रिदीने! कारण हे लोक आम्हांला जास्त त्रास द्यायचे. चांगली लढत सगळ्यांनाच आवडते. आणि हे सगळे निश्चितच लढवय्ये होते. सचिन ऑस्ट्रेलियन्सना सलायचा, म्हणूनच आवडायचा. हे लोक आमचे लाडके याचसाठी!

एरवी एका भारतीयाला पाकिस्तानचा हेवा वाटणं म्हणजे शुक्रावर पाणी सापडण्याइतकं दुरपास्त! एका बाबतीत मात्र आम्हांला तुमचा हेवा वाटतो... तुमच्या फास्ट बॉलर्सच्या फौजेचा! सर्फराझ नवाझ, इम्रान खान, मुदस्सर नझर... काय तो स्विंग आणि काय तो कंट्रोल! वकारभाईचे टाचा तोडणारे यॉर्कर्स, आपल्या ॲक्रॉस

जाणाऱ्या आऊटस्विंगरने फलंदाजाला 'खोलणारा' वसीमभाई – त्यांच्या यूट्यूबवरच्या चित्रफितींची पारायणं केली आहेत आम्ही! आवडत्या पाकिस्तानी क्रिकेटपटूंसाठी भारतात निवडणूक घेतली तर वसीम आणि वकार ही पहिली दोन नावं असतील. भारतीयांचं खरं प्रेम आहे या दोघांवर.

शिवाय, वेगाचा बादशाह शोएब अख्तर. काय तो नजारा! तब्बल तीस यार्डांवरून बॉलिंग करण्यासाठी रावळपिंडी एक्सप्रेस धडधडत निघायची. दोन्ही हात शरीरापासून लांब... केस हवेत उडताहेत... मागे सारलेल्या बाह्यांमुळे दिसणारे त्याचे पिळदार फोर-आर्म्स... क्रीझमागून घेतलेली ती झेप... आणि तोफगोळ्यासारखा तो चेंडू फलंदाजाकडे भिरकावणं... सगळंच अविस्मरणीय!

आसिफ-आमिरसारखे स्विंगचे धनी! अगदी शाहीन आफ्रिदी आणि हारिस रौफपर्यंत गुणवंत. 'कौनसी चक्की का आटा खाते है रे ये पाकिस्तानवाले' असा प्रश्न पडावा इतकं कौशल्य, इतकी प्रतिभा! ही नावं एका पाठोपाठ एक वाचतानासुद्धा आमच्या चेहऱ्यावरून कौतुक ओसंडत असतं.

क्रिकेटचं सौंदर्य हे बॅट्समनमुळे नाही, तर वेगवान गोलंदाजांमुळे आहे. तुम्ही त्या सौंदर्याला चार चांद लावलेत. १९९०पासून २००४पर्यंत आम्हांला भारतापेक्षाही पाकिस्तानच्या ऑस्ट्रेलिया, इंग्लंडच्या किंवा आफ्रिकेच्या दौऱ्याची उत्सुकता असायची. तुमच्या फास्ट बॉलर्सच्या कलेला त्या देशांमधल्या परिस्थितीचं कॅनव्हास मिळाल्याचा आनंद आम्हांलाही व्हायचा. वसीम-वकार-शोएब विरुद्ध डोनल्ड-पोलॉक-एन्टिनी किंवा मॅक्ग्रा-गिलेस्पी-ब्रेट ली या लढती म्हणजे तर क्रिकेटप्रेमींसाठी सवाई गंधर्व महोत्सवासारखा 'क्लासिकल' सोहळा! किती आनंद दिला तुमच्या गोलंदाजांनी!

...आणि तुमची ढिसाळ फिल्डिंग म्हणजे तुमच्या गोंडस चेहऱ्याला लावलेली तीट जणू! एखादा सोपा झेल सोडला की कामरान अकमल किंवा सर्फराझ अहमदच्या चेहऱ्यावरचे भाव..., तुमच्या दोन फिल्डर्सच्या मध्ये बॉल पडल्यावर त्या दोघांची झालेली नजरानजर..., थ्रो स्टंपला न बसल्यामुळे रनआऊटची संधी हुकल्यानंतर झालेला तुमच्या कॅप्टनचा चेहरा... या सगळ्यांत एक वेगळाच निरागस, हताश असा भाव असतो. एरवीच्या पाकिस्तानी खेळाडूला अजिबात न शोभणारा एक गबाळेपणा तुमच्या फिल्डिंगमध्ये असतो, तो आम्हांला फार लोभसवाणा वाटतो.

हे बघा, आधीच आपलं क्रिकेटचं कुटुंब तसं छोटं... कसोटी खेळणारे इन-मीन बारा देश... त्यातलं क्रिकेटचं 'सौंदर्य' जपणारे, म्हणजे १९७० ते १९९०मधले

विंडीज आणि १९९० ते २००४मधले तुम्ही! बाकी क्रिकेट कितीही व्यावसायिक होवो, कितीही नियम बदलोत, डावपेच येवोत - शेवटी लोकांना मैदानावर खेचून आणतात ते कलंदर कलाकार! आणि तुम्ही लोकं कलंदर आहात हे आम्हीसुद्धा खुल्या दिलानं मान्य करतो. तुमच्यातही व्यावसायिकता येत आहे, तुमचा फिटनेस सुधारतोय, तुमचं क्षेत्ररक्षण सुधारतंय, ही खरोखरच चांगली गोष्ट आहे.

पण... एक क्रिकेटप्रेमी म्हणून विनंती करतो – त्या व्यावसायिकतेच्या नादात तुमच्या क्रिकेटमधली उत्कटता सोडू नका! तीच तुमची सर्वांत मोठी ताकद आहे. क्रिकेटशी बेईमानी करू नका!... पुन्हा जुन्या जखमांवरच्या खपल्या काढू देऊ नका!... बाबर आझम, रिझवान, शादाब खान यांच्याकडे सर्वांचं लक्ष आहे. शाहीन आफ्रिदी, नसीम शाह, शाहनवाझ दहानी यांच्याकडून खूप अपेक्षा आहेत. पाकिस्तानने उत्तमोत्तम क्रिकेटपटू निर्माण करणं ही फक्त तुमची नाही, तर क्रिकेटची गरज आहे. आता तुम्हांला तुमच्या घरच्या प्रेक्षकांसमोर खेळता येत आहे त्याचा फायदा घ्या!... बाहेर जाऊन मैदानं मारा!

माझ्या प्रिय शत्रूंनो, तुम्ही प्रतिभावान खेळाडू आहात. तुम्ही सचिन, युवी, विराट यांच्यावर जितकं प्रेम केलंत तितकं कदाचित आम्ही इंझी, मिसबाह, बाबर यांच्यावर नाही केलं. तरीही तुम्ही आम्हांला तुम्ही आवडता. तुम्हांला शपथ आहे आपल्या शत्रुत्वाची... खेळाशी बेईमानी करू नका! आपलं शत्रुत्व आपल्या जागी ठाम आहेच. मैदानावर भेटाल तेव्हा आम्ही तुम्हांला चोपूच; पण मैदानाबाहेर एक क्रिकेटप्रेमी म्हणून आपली मैत्री तोडू नका!

इतरांशी खेळाल तेव्हा आमच्या शुभेच्छा तुमच्या पाठीशी आहेतच!

तुमचा चाहता,

आशुतोष थत्ते

१४ नोव्हेंबर २०२२

■■■

आमचे जाधव सर

''सर, बॉल प्लीज!...'' मी त्यांना म्हटलं.

सहा फूट उंची, भरभक्कम शरीर, नेव्ही ब्ल्यू रंगाचा ट्रॅक-सूट घातलेल्या त्या चाळिशीच्या व्यक्तीला आधी कधी शाळेत बघितलं नव्हतं. दोन धारदार घारे डोळे माझ्याकडे रोखून पाहत होते.

''सर, बॉल प्लीज!...''

''इकडं ये!''

त्यांचं त्या टेनिस चेंडूकडे लक्षसुद्धा नव्हतं. मी जवळ गेल्यावर त्यांनी मला विचारलं ''काय रे, हिरो!... व्हॉलिबॉल खेळणार का?''

प्रश्न अनपेक्षित होता. ''व्हॉलिबॉल!...'' मी विचारलं. तेवढ्यात आमचे पीटीचे लिम्हण सर आले. म्हणाले, ''हे जाधव सर आहेत. तुम्हांला व्हॉलिबॉल शिकवणार आहेत. आपल्या शाळेची टीम तयार करायची आहे. बोलव तुझ्या वर्गातल्या सगळ्यांना!''

१९९१-९२ची गोष्ट असेल. आमची शाळा छोटी... प्रत्येक वर्गाची एकच तुकडी... त्यामुळे आम्ही २०-२५ पोरं मिळेल ते खेळ खेळायचो. व्हॉलिबॉल खेळणं तर दूरच, कधी नीट लक्ष देऊन बघितलाही नव्हता. सकाळी पावणेसातला शाळेत येऊन क्रिकेट खेळायचं तर व्हॉलिबॉल खेळून बघू, असा विचार करून आमचा आठवीचा वर्ग आनंदाने तयार झाला. दुसऱ्याच दिवशी झाडून सगळी पोरं बरोबर साडेसहा वाजता शाळेच्या छोट्या मैदानावर हजर झाली. फरशी घातलेल्या एका भागात व्हॉलिबॉल कोर्ट आखलेलं होतं... नेट लावायला पोल होते; पण त्यांचा कधी वापर झालाच नव्हता. जाधव सर आधीच आले होते. आता कधी एकदा तो व्हॉलिबॉल हातात मिळतोय असं झालं होतं. सरांनी सगळ्यांना रांगेत उभं केलं अन् म्हणाले ''१० राउंड्स इन ५ मिनिट्स! ''च्यायला! पण व्हॉलिबॉल कुठाय?'' जेमतेम १० मीटर पळाल्यावर पोरं एकमेकांना विचारायला लागली.

पण कसलं काय! आमचं ट्रेनिंग सुरू होऊन जवळपास पंधरा दिवस झाले तरी व्हॉलिबॉल बघायलादेखील मिळाला नाही. व्यायाम, भरपूर पळणे आणि 'शॅडो प्रॅक्टिस' मात्र जोरदार सुरू होती. मग एक दिवस पहाटे-पहाटेच सर चक्क २०-२५ बॉल घेऊन आले. प्रत्येकाच्या हातात एक कोरा करकरीत चेंडू मिळाला. सरांनी चेंडू घेऊन व्यायाम करायला शिकवलं. आणि तब्बल एका महिन्यानंतर आम्ही पहिल्यांदा सहा-सहाचे दोन संघ तयार करून समोरासमोर खेळायला उभे राहिलो. मग लक्षात आलं, की इतक्या दिवसांच्या सरावामुळे प्रत्यक्ष खेळ शिकायला आम्हांला काहीच अडचण आली नाही. जेमतेम आठवडाभरात आम्ही तंत्रशुद्धपणे खेळायला लागलो होतो. आंतरशालेय स्पर्धेत आम्ही उपांत्य फेरीपर्यंत पोहोचलो तेव्हा जाधव सरांनी आम्हांला 'शैलेश रसवंती गृह'मध्ये उसाचा जंबो ग्लास रस दिला होता.

त्या स्पर्धेनंतर मी सरांच्या क्लबला, जिल्हा प्रशिक्षण केंद्रला जायला लागलो. एसपीच्या मैदानावर रोज संध्याकाळी चारनंतर सराव चालायचा. पण शाळेतली सरावाची पद्धत आणि इथली पद्धत यात जमीन-अस्मानाचा फरक होता; एनसीसी आणि आर्मीच्या ट्रेनिंगमध्ये असेल तसा! कोर्टवर पाणी मारणं, रोलर फिरवणं आणि वॉर्मअपमध्येच पहिला तास जायचा. खेळताना सर अनेक वेळा खेळ थांबवून बारकावे सांगायचे... चुका दाखवायचे... त्या कशा सुधारता येतील ते सांगायचे... स्वतः डेमो करून दाखवायचे. सर स्वतः आंतरराष्ट्रीय खेळाडू होतेच; शिवाय, भारताच्या महिला व्हॉलिबॉल संघाचे दीर्घ काळ प्रशिक्षकही होते. कोर्टवर मात्र ते आमच्या बरोबरीने रोलर ओढायचे, पाणी मारायचे.

आमचे जाधव सर कडक शिस्तीचे. खेळताना प्रत्येकाने ११० टक्के प्रयत्न केला पाहिजे, असा त्यांचा आग्रह असायचा. कोर्टवर अळमटळम केलेली त्यांना अजिबात खपायची नाही. एकदा गेम खेळताना जांभई देताना त्यांनी मला पाहिलं आणि मग हाताचे पंजे पूर्णपणे जमिनीवर टेकून आणि गुडघे न वाकवता कोर्टला तीन चकरा मारायला लावल्या. नंतर चार दिवस मला राहूनराहून एकाच गोष्टीचं वाईट वाटत होतं... घरामध्ये 'कमोड' नसण्याचं! व्यायाम करताना सर जाम पिदवून घ्यायचे. खाली आडवं पडायला लावून वरून पोटावर बास्केटबॉल मारायचे. जिममध्ये घाम गाळायला लावायचे. परंतु 'गेम' खेळताना मात्र धमाल असायची. स्मॅश मारला आणि गुण मिळाला की सर 'हेय' असं जोरात ओरडायला लावायचे. खेळताना पोरं थोडी ढिली पडताहेत असं वाटलं की "बायको वारली काय रे तुझी?... मग आवाज देऊन खेळ की!"

"अरे, पंकज उदास... हातांवरून बॉल मारला त्याने तुझ्या. काही लाज आहे की नाही!"

"नॅशनल खेळला म्हणजे काय तो सासरा झाला का तुझा... घाल की शिव्या त्याला!"

असं काही म्हणून खुनशीनं खेळायला लावायचे. खऱ्या अर्थानं आनंद घेऊन खेळ खेळायला त्यांनी शिकवलं.

दहावीच्या निकालानंतर क्लबची बहुतेक सगळी पोरं 'सप'मध्ये गेली. फक्त मी आणि निलेश अरगडे गरवारेत होतो. सरांना म्हणालो, "सर, आम्ही दोघेच आहोत गरवारेत. बाकी कोणीच खेळणारं नाहीये."

त्यावर सर म्हणाले, "अरे उदास! (पंकज उधास हा सरांचा विशेष जिव्हाळ्याचा विषय होता) दोघं आहात ना!... रडताय काय! चार पोरं जमवा... १५ दिवस आहेत... त्यांनी नुसता 'डिफेन्स' केला तरी पुष्कळ आहे. तुम्ही दोघं 'गेम' सांभाळा की! लोकांनी म्हटलं पाहिजे, 'जाधव सरांची दोन पोरं सहा जणांना भारी पडतात!'"

आम्हीदेखील कोणी "कुठे खेळतोस?" विचारलं की DCCवर असं न सांगता "जाधव सरांकडे!" असंच सांगायचो. तेव्हा DCC ची पोरं ही 'जाधव सरांची पोरं' म्हणूनच ओळखली जायची.

आणि खरंच आम्ही दोघांनी १५ दिवसांत संघ तयार केला. चार सामने जिंकले. फायनलला 'सप'च्या तोंडाला फेस आणला. त्या दिवशी सर सगळ्यांना सांगत होते... "दोघंही माझीच पोरं आहेत!" आमच्या क्लबचे सामने म्हणजे तर अविस्मरणीय

प्रकार होता! पुण्यात आमचा संघ सर्वोत्कृष्ट होताच! ज्युनियर संघातून खेळताना आम्ही भल्याभल्या वरिष्ठ संघांना झुंजवायचो, क्वचित हरवायचोदेखील!

शिक्षक दिनाला जाधव सरांची खूप आठवण येते. माझ्या सुदैवाने आमच्या छोट्या शाळेत आम्हांला खूप चांगले आणि मायेनं शिकवणारे शिक्षक मिळाले. पण आमच्या जाधव सरांइतकं कोणीच आम्हांला 'घडवलं' नसेल. आजकाल life skills हा शिक्षणाचा buzzword झालाय. आज लक्षात येतं की, जाधव सर life skillsचं चालतंबोलतं विद्यापीठ आहेत. 'Competitive spirit', 'Leadership', 'Hard work', 'Teamwork', 'Passion', 'Never say die attitude' हे शब्द ऐकले तरी सरांची आठवण येते.

"अरे, काही लाज आहे की नाही!", "घाल की शिव्या त्याला!" म्हणताना त्यांनी आम्हांला आमचं काम जीव ओतून करायला शिकवलं.

"चार पोरं जमवा... दोघं 'गेम' सांभाळा" म्हणताना आमच्यात नेतृत्वगुण रुजवले.

"त्याला चार स्मॅश मारू दे... त्याची रग जिरू दे... तुम्ही सातव्या पॉईंटनंतर धडाका लावा!" म्हणताना आपला वार करण्यासाठी योग्य संधीची वाट बघायला शिकवलं.

डझनावारी राष्ट्रीय - आंतरराष्ट्रीय खेळाडू निर्माण करणाऱ्या आमच्या सरांचं झारी घेऊन कोर्टवर पाणी मारणं आठवलं की त्यांची नम्रता आज जाणवते. आम्हांला ब्राझील, क्यूबा, हॉलंडच्या मॅचेस व्हिडिओवर दाखवण्यामागे त्यांचा सर्वोत्तम बनण्याचा ध्यास आज ध्यानात येतो. अक्षरशः रस्त्यातून येणाऱ्या-जाणाऱ्या कोणाही उंच मुला-मुलीला "व्हॉलिबॉल खेळणार का?" असं विचारणाऱ्या आमच्या जाधव सरांची खेळाबद्दलची तळमळ आज जाणवते. एखाद्या गोष्टीसाठी 'आयुष्य वेचणं' म्हणजे काय, ते आमच्या जाधव सरांकडे बघून समजतं.

लौकिक शिक्षणात, करिअरमध्ये काय दिवे लावले असतील-नसतील; पण आज आयुष्याच्या कोर्टवर 'नेटपलीकडून येऊ दे काय यायचंय ते!' म्हणत स्टान्स घेऊन उभा आहे तो जाधव सरांमुळे!

सर... नक्की तुम्हांला भेटायला येईन. तुम्हांला शोधणं अवघड नसेल. कारण तुम्ही संध्याकाळी कुठल्या न कुठल्या व्हॉलिबॉल कोर्टवरच असाल!

■■■

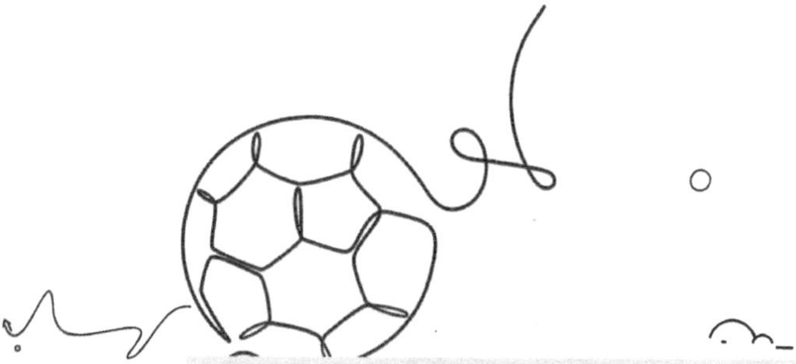

द ब्युटिफुल गेम समुद्रमंथन : पाश्चिमात्य व्हर्जन

खूपखूप वर्षांपूर्वीची गोष्ट बरं का! हे युरोपियन, आफ्रिकन आणि दक्षिण अमेरिकन लोक होते ना; त्यांनी आपली पुराणं वाचली आणि त्यांना किडा आला समुद्रमंथन करण्याचा! म्हणाले, 'आपण अ‍ॅटलांटिक महासागर ढवळून काढू.' झालं! लोक लागले कामाला... अँडीज की आल्प्सचा एक पर्वत घेतला, अ‍ॅझटेकांच्या केत्झालकोआत देवाची रस्सी केली आणि लागले की समुद्र घुसळायला! आता पाश्चिमात्यच समुद्र तो! त्यातून पहिली आली हिरेमाणकं... ती नेली आफ्रिकनांनी. मग आली वाईन... ती फ्रेंच लोक घेऊन गेले. मग आलं सांबा नृत्य... ते नेलं ब्राझिलियन लोकांनी. मग आली व्हिस्की... ती स्कॉटिश लोकांनी नुसती नेली नाही; तर तिचं 'स्कॉच' असं बारसं केलं. बियर नेली आयरिश लोकांनी. मग एक कोणीशी सुंदर अप्सरा आली... ती व्हेनेझुएलाला गेली म्हणतात! मेक्सिकोला तॉर्तिया मिळाला... अमेरिकेला पैसा... डच लोकांना ट्यूलिप्स... असं सगळ्यांना काय-काय मिळत गेलं. पण तरीही, सगळ्यांना भुरळ पाडेल असं काही बाहेर आलं नव्हतं.

मग कित्येक दिवसांच्या अविश्रांत मेहनतीनंतर विजांचा कडकडाट झाला... वादळ सुटलं... अ‍ॅटलांटिक ढवळून निघाला... त्यानं रौद्र रूप धारण केलं... प्रलयाची

स्थिती निर्माण झाली आणि अ‍ॅटलांटिकच्या उदरातून एक दिव्य, तेजस्वी गोलक बाहेर आला... तो म्हणजे फुटबॉल!

मग नेहमीप्रमाणे 'जे चांगलं ते आमचं' म्हणणाऱ्या ब्रिटिशांनी त्याच्यावर क्लेम केला खरा; पण त्या एका फुटबॉलसाठी सुरू झालेली भांडणं आजतागायत सुरूच आहेत. आपल्याकडे अमृताचे थेंब पडले तिथे कुंभमेळा होतो ना... तसं त्यांच्याकडे त्या पुरातन भांडणांचं प्रतीक म्हणून जगाच्या वेगवेगळ्या ठिकाणी दर चार वर्षांनी एक महाकुंभ भरतो. त्याला अर्वाचीन जगात 'विश्वचषक फुटबॉल स्पर्धा' म्हणतात. नाही म्हणायला जगभरातले इतर देशही फुटबॉल खेळतात; पण त्या रत्नावर पहिला हक्क युरोपियन आणि दक्षिण अमेरिकन लोकांचा हे कोणीही मान्य करेल.

जगातली सर्वांत मोठी आणि महत्त्वाची संघटना म्हणजे United Nations Organizationचे १९३ सदस्य-देश आहेत. पण Fédération Internationale de Football Association म्हणजे 'फिफा'चे २११ सदस्य-देश आहेत. म्हणजे, जगात किमान १८ देश असे आहेत, की ज्यांना जगाने आपलं अस्तित्व मान्य करण्यापेक्षासुद्धा आपल्याला फुटबॉल खेळू देणं महत्त्वाचं वाटतं! आणि का वाटू नये? हजारो प्रेक्षकांच्या सुरेल साथीत २२ कसलेल्या खेळाडूंनी रंगवलेल्या फुटबॉलच्या सामन्याला 'Poetry in Motion' इतकी यथार्थ उपमा शोधून सापडणार नाही. कुठलीही कलाकृती हे आधी एक 'काव्य' असतं, असं म्हणतात. पुढे ते काव्य व्यक्त करण्याचं जे काही माध्यम असेल त्यात विरघळून कवितेचं, चित्राचं, शिल्पाचं, संगीताचं, नृत्याचं, साहित्याचं, नाट्याचं किंवा खेळाचं रूप घेऊन समूर्त होतं.

त्याअर्थी फुटबॉल एक काव्य आहे. प्रत्येक संघ आपापल्या पद्धतीनं ते काव्य मांडत असतो. ब्रिटिश खेळतात तेव्हा फुटबॉलची एखादी मुक्तछंदातली कविता होते. ती बेहोष-बेभान करत नाही; पण समाधान देऊन जाते. खळखळून हसवत नाही; पण स्मितहास्य देऊन जाते. जर्मन्सच्या बुद्धिमत्तेला फुटबॉलसुद्धा आव्हान देतं आणि तयार करतात त्यांच्या लौकिकाला साजेसं ताकदवान आणि कार्यक्षम इंजीन! इटालियन रंगात आले की मायकेल अँजेलोचं एखादं अप्रतिम शिल्प घडवतात... अत्यंत बांधेसूद आणि देखणं! आफ्रिकन देश कहोन आणि झेंबेच्या तालावर ग्वारा-ग्वाराचं किंवा झुलूचं प्रात्यक्षिक देऊन मन जिंकतात; तर फ्रेंच लोकांचं फुटबॉलसुद्धा त्यांच्या ऑपिरासारखं रोमॅन्टिक असतं. स्पॅनिश लोक म्हणजे त्यांच्या 'बुलफाईट'वाल्या मॅटॅडोरच्या थाटात प्रतिस्पर्धी बैलाला सामोरे जातात. छोटे पासेस देत खेळण्याची 'टिकी-टाका' पद्धत असो वा पारंपरिक फुटबॉल - स्पॅनिश अर्माडा म्हणजे एकाच वेळी चपळ आणि ग्रेसफुल!

ब्राझिलियन संघ फुटबॉलच्या मैदानावर सांबाचा घायाळ करणारा परफॉर्मन्स देऊन जातो. फुटबॉलचं ग्लॅमर, मदहोश करणारं सौंदर्य, Oomph factor, सेक्स अपील वगैरे जे काही असेल तर ते ब्राझील आहे. ब्राझील म्हणजे फुटबॉलची मर्लिन मन्रो, मधुबाला, अँजेलिना जोली आणि माधुरी दीक्षितही! हिरोईनशिवाय बॉलिवूडचा मसाला चित्रपट आणि ब्राझीलशिवाय फुटबॉल वर्ल्डकप - या दोन संकल्पना अस्तित्वातच नाहीत. एखादा फुटबॉलचा तिरस्कार करणारा विश्वामित्र असेल तर त्याचा तपोभंग करण्यासाठी ब्राझिलियन फुटबॉलची मेनका हा बेष्ट उपाय!

फुटबॉल हे साक्षात संगीत आहे. आणि फुटबॉल वर्ल्डकप ही एक मैफील! प्राथमिक फेरी म्हणजे मैफलीतले आलाप - जोड. पहिल्या सामन्यातच वाद्यं सुरात लागतात, गवय्यांचे आवाज तापतात. प्रत्येक संघ आपलं संगीत घेऊन येतो. व्हियोलावर फ्रान्स, सौदी रबाब, स्पॅनिश व्हायोलिन्सचा ताफा असतो, पोर्तुगाल आणि मेक्सिकोच्या हाती गिटार्स असतात. इंग्लंड, बेल्जियम, पोलंडचा ब्रास सेक्शन. घाना, सेनेगल, कॅमेरून वगैरे आफ्रिकन मंडळी side rhythms देतात. ड्रम्सवर रोल करायला साक्षात ब्राझील असतो आणि कोरसला असतात जगभरातले कोट्यवधी फुटबॉलप्रेमी... महफिल में रंग जमाने के लिये!

गोलकीपरने long ball मारल्यावर किंवा चेंडू गोलपोस्टला वा क्रॉसबारला लागल्यावर होणारा 'धप'चा आवाज आणि ड्रम्सचा बेस यात फरक काय? एखाद्या डिफेन्डरचं अचानक सुसाट वेगात प्रतिस्पर्धी संघाच्या गोलवर मुसंडी मारणं आणि एखाद्या कसलेल्या गायिकेनं एका विजेसारख्या तानेत मध्यमापासून तार स्वरातला षड्ज गाठणं सारखंच! एखाद्या संघानं बचाव आणि मधल्या फळीत व्यवस्थित 'बिल्ड-अप' करून एखाद्या आक्रमक 'सेट-पीस'नं गोल करणं म्हणजे तबलावादकाने अप्रतिम लयकारी दाखवत एखादी अवघड बंदिश, क्लिष्ट तिहाई घेत पर्फेक्ट समेवर संपवण्याइतकंच उत्कंठावर्धक!

फिफा वर्ल्डकप काय, युरो काय, कोपा अमेरिका काय, किंवा चॅम्पियन्स लीग काय; या स्पर्धा नाहीत, तर पृथ्वीतलावरच्या सर्वांत साध्या आणि सर्वांत सुंदर खेळाच्या मैफिली आहेत. यात आपला सूर नसला म्हणून काय झालं? अशा स्वर्गीय मैफिलीचा आनंद नाही घेता आला तर आयुष्य काय कामाचं? एकापेक्षा एक सरस अशा खेळाडूंची बेजोड अदाकारी आपल्यासाठीच आहे की! सर्वोच्च प्रतीचं फुटबॉल खेळणं युरोपीय आणि दक्षिण अमेरिकन लोकांना येतं... आस्वाद घेणं आपल्याला यायला काय हरकत आहे?

■■■

लेखक परिचय

आशुतोष थत्ते

लहानपणी 'Solomon Grundy' कविता वाचलीय? तोच तो, ज्याचा प्रवास 'Born on a Monday'ला सुरू होऊन 'Buried on Sunday'ला संपला. हा लेखक म्हणजे एरवी त्या सॉलोमनचीच एक आवृत्ती. पुण्याच्या पेठेतला जन्म, अकरावी-बारावी सायन्स, मग इंजिनिअरिंग, मग सेल्समध्ये नोकरी अशीच त्याचीही गोष्ट झाली असती. पण सुदैवाने लहानपणीच पु.लं.नी पुस्तकरूपी हात डोक्यावर ठेवला आणि 'रसिकता' हा – त्यांच्याच भाषेत – 'अलौकिक दैवी गुण' वाढीला लागला.

१९९४च्या राष्ट्रीय खेळांमध्ये स्वयंसेवक म्हणून काम करण्याची संधी मिळाली आणि शायनी विल्सन, धनराज पिल्ले, राजीव बालकृष्णन, भाग्यश्री बिले, बहादूर प्रसाद यांसारख्या तेव्हाच्या हीरोज्‌ना जवळून बघता आलं. आणि तिथपासून खेळ, खेळाडू आणि सामन्यांचा आस्वाद घ्यायची सवयच लागली. लेखकाचा आयुष्यातला पहिला 'क्रश' झाला तोच स्टेफी ग्राफवर आणि भक्ती जडली ती सचिन तेंडुलकरवर! फेडरर, दिएगो मॅरेडोना, लिन डॅन, राहुल द्रविड हीच दैवतं आणि लॉर्ड्स, विम्बल्डन, कॅम्प नोऊ, ईडन गार्डन्स हीच तीर्थक्षेत्रं! एखाद्या बॅकहँड क्रॉसकोर्टने, कव्हर ड्राईव्हने किंवा ड्रॅग फ्लिकने घायाळ होणं आणि खिलाडूवृत्तीच्या एखाद्या कृतीने भावुक होणं हे याच्यासाठी नेहमीचंच.

खेळ आणि खेळाडूंवरच्या निस्सिम प्रेमानेच आशुतोष समाजमाध्यमांवर लिहिता झाला आणि वाचकांकडून मिळालेली दाद आणि झालेल्या कौतुकाचीच फलश्रुती म्हणजे 'एका खेळियाने'!

www.ingramcontent.com/pod-product-compliance
Lightning Source LLC
LaVergne TN
LVHW090413051026
849518LV00006B/2335
* 9 7 8 8 1 1 9 3 1 1 5 1 4 *